## அன்னமேரி பாட்டி

**பெ**ரம்பலூர் மாவட்டம் தென்னூரில் பிறந்தவர் அன்னமேரி. இவரது தந்தை அபிஷேக ராயர், தாய் சந்தனமேரி. இரண்டரை வயதில் தாய் இறந்ததால், தனது தந்தை வழி பாட்டி அருள்நாயகியின் பராமரிப்பில் 17 வயது வரை வளர்ந்தார். பாட்டியுடன் இருந்ததால், அவர் செய்துவந்த கைவைத்தியம் இவருக்கும் கைவந்த கலையாயிற்று. மூலிகைகளை இனம் கண்டு, அவற்றின் உபயோகம், செய்முறை எல்லாவற்றையும் பாட்டி அருள்நாயகியிடம் கற்று கைதேர்ந்தார். பாட்டிக்குப் பிறகு, இலவசமாக நாட்டு வைத்தியத்தை இவரும் செய்து வருகிறார். இவருக்கு இரண்டு மகன்கள், ஒரு மகள். தற்போது மகன் எட்வர்ட் மட்டுமே இருக்கிறார். இவர் ஒரு பேராசிரியர். கடலூரில் புதுக்குப்பம் என்ற இடத்தில், மகன் எட்வர்டுடன் வசித்துவருகிறார் அன்னமேரி பாட்டி. இவரைப்போலவே, இவரது மகன் எட்வர்டும் இலவசமாக இயற்கை மூலிகைகளைப் பயன்படுத்தி சிகிச்சை அளித்து வருகிறார்.

# நாட்டு
# வைத்தியம்

**அன்னமேரி பாட்டி**

தொகுப்பு: **எம்.மரிய பெல்சின்**

விகடன்
பிரசுரம்

Title : NAATTU VAITHIYAM
© ANNAMARY

ISBN : 978-81-8476-428-4

விகடன் பிரசுரம்: **662**

நூல் தலைப்பு:
**நாட்டு வைத்தியம்**

நூல் ஆசிரியர்:
**© அன்னமேரி**

தொகுப்பு:
**எம்.மரிய பெல்சின்**

முதற்பதிப்பு : **ஜூலை, 2012**
பதினாறாம் பதிப்பு : **அக்டோபர், 2025**

விலை : **₹160**

பதிப்பாளர்:
**பா.சீனிவாசன்**

துறைத் தலைவர்:
**எம்.அப்பாஸ் அலி**

முதன்மைப் பொறுப்பாசிரியர்:
**அ.அன்பழகன்**

தலைமை உதவி ஆசிரியர்:
**ப.சுப்ரமணி**

தலைமை வடிவமைப்பு:
**மா.முகமது இம்ரான்**



**விகடன் பிரசுரம்**
757, அண்ணா சாலை, சென்னை-600 002.

மொபைல்: 80560 46940 / 95000 68144
Website: http://books.vikatan.com
e-mail: books@vikatan.com

# பாரம்பரியத்தின் அடிச்சுவடு!

**ம**ருத்துவமனைகளில் முன்பதிவு செய்துகொண்டு மக்கள் காத்துக்கிடக்கும் நிலை இப்போது. ஆனால், நம் முன்னோர்கள் காலத்தில் வீடு தேடி வைத்தியர் வந்து கைவைத்தியத்தால் நோய் தீர்த்தனர். ஒரு காலத்தில் சமுதாய நலன் கருதிய சேவையாக இருந்துவந்த மருத்துவம் இன்றைய காலகட்டத்தில் பணம் கொழிக்கும் துறையாக மாறிவிட்டது. தடுக்கி விழுந்தால் மருத்துவமனை, லேப், ஸ்கேன் சென்டர்கள் என்று மலிந்து கிடக்கின்றன. இந்தச் சூழலிலும் நாட்டு வைத்தியத்தின் தேவை, செயல்பாடு ஒருபுறம் இருந்துகொண்டுதான் இருக்கிறது.

இயற்கையில் கிடைக்கக்கூடிய புல், பூண்டு, மரம், செடி, கொடி, வேர், பட்டை, இலை, பூ, பிஞ்சு, காய், பழம், வித்து போன்றவற்றைப் பயன்படுத்தி, உடல் கோளாறுகளைத் தீர்க்கும் வைத்தியமே நாட்டு வைத்தியம். இது தலைமுறை தலைமுறையாக நம் நாட்டில் இருந்துவரும் பாரம்பரியமான மருத்துவ முறை.

நவீன மருத்துவம் தோன்றுவதற்கு முன்பே தமிழர்கள் மருத்துவத்தில் கைதேர்ந்தவர்களாக இருந்ததற்கான சான்றுகள் இலக்கியங்களில் உள்ளன. 'பத்து மிளகு இருந்தால் பகையாளி வீட்டிலும் விருந்து உண்ணலாம்' என்ற பழமொழி இன்றும் வழக்கில் உள்ளது.

அன்னமேரி பாட்டி பேச்சுவழக்கில், நம்பிக்கையூட்டும் விதமாக 'நாட்டு வைத்தியம்' என்ற தலைப்பில் 'அவள் விகடனி'ல் அளித்துவந்த ஆலோசனைகளின் தொகுப்பே இந்த நூல். அன்னமேரி பாட்டியின் மருத்துவக் குறிப்புகளை வாஞ்சை மாறாத வார்த்தைகளில் பதிவு செய்திருக்கிறார் மரிய பெல்சின். குழந்தைகள், பெண்கள், ஆண்கள், பெரியவர்கள் என வகைப் படுத்தி, வழிமுறைகளைக் கையாள எளிமையாக்கி இருப்பது இந்த நூலின் சிறப்பு.

இந்த நூலில் சொல்லப்பட்டிருக்கும் வழிமுறைகளை முறையாகப் பின்பற்றினால், சிறுநீரகக் கல், மூலம், மாரடைப்பு, புற்றுநோய் போன்றவற்றைக்கூட ஆரம்பத்திலேயே சரிசெய்துகொள்ள முடியும். மொத்தத்தில் இந்த நூல் ஒவ்வோர் இல்லத்திலும் இருக்கவேண்டிய அவசியமான மருத்துவக் கையேடு!

– **ஆசிரியர்**

# பாட்டி தந்த பாடம்!

**சி**று வயது முதலே எனக்கு இயற்கையின் மீது ஈர்ப்பு அதிகம். சிறுவயதில் என் தந்தை வழி பாட்டி அருள்நாயகி செய்து வந்த மூலிகை வைத்தியத்தின் மீது என்னையும் அறியாமல் எனக்குப் பற்று ஏற்பட்டது. என்னுடைய 17-ம் வயது வரை அவர் செய்துவந்த வைத்திய முறைகள் அனைத்தையும் உடன் இருந்து கற்றுக்கொண்டேன். இலவசமாக அவர் செய்துவந்தது போலவே, நானும் என்னுடைய இந்த 88-ம் வயது வரையிலும் செய்துவருகிறேன்.

இந்த மாதிரி சூழலில்தான், நான் செய்யும் வைத்திய முறைகளை எளிய முறையில் 'அவள் விகடன்' தொடருக்காக சொல்லும்படி என்னிடம் கேட்டார்கள். பெண்களுக்காக நடத்தப்படும் பத்திரிகையில், பெண்கள் மற்றும் குழந்தைகளின் நலனில் அக்கறைகொண்டு, அவர்களுக்காக என்னாலான எளிய சிகிச்சை முறைகள்பற்றிச் சொல்லிவந்தேன். அதுவரைக்கும் நான் வசிக்கும் கடலூர் மற்றும் எனக்குத் தெரிந்தவர்களுக்கு மட்டுமே வைத்திய ஆலோசனைகளைச் சொல்லிவந்தேன். ஆனால், இப்போது எங்கெல்லாமோ இருந்து பலரும் போன் போட்டு ஆலோசனை கேட்கிறார்கள்.

என்னிடம் நேரில் வந்தோ அல்லது போனிலோ உடல் கோளாறுக்காக வைத்தியம் கேட்கிறவர்களுக்கு என்னால் முடியுமட்டும் ஆலோசனைகளைச் சொல்லிவருகிறேன். கைக்குழந்தை முதல் பெரியவர்கள் வரைக்கும் என்னென்ன கேட்கிறார்களோ அதற்குத் தக்கபடி அவர்களுக்கு வைத்திய முறைகளைச் சொல்லிவருகிறேன். எல்லாமே என் பாட்டியிடம் நான் கற்ற பாடம். இது எல்லாமே ஓர் ஆத்மதிருப்திக்காக மட்டும்தான்!

தொடராக 'அவள் விகடனி'ல் வந்த நாட்டு வைத்தியக் குறிப்புகள் தற்போது விகடன் பிரசுரம் மூலமாக நூல் வடிவில் வருவது மகிழ்ச்சி. அதற்காக 'அவள் விகடன்' ஆசிரியர் குழுவுக்கும், விகடன் பிரசுரத்துக்கும் எனது நன்றிகளைத் தெரிவித்துக் கொள்கிறேன்.

**– அன்னமேரி**

*புதுக்குப்பம்*
*கடலூர் - 607 001.*
*போன்: 04142 - 296877*

**இந்த நூல்...**

ஆரோக்கிய அன்னைக்கு...

# இருமலை விரட்டும் அதிமதுரம்!

1

"குழந்தை நை நைனு அழுதுக்கிட்டே இருக்கு. டாக்டர்கிட்ட போயும் கேக்கல. எதாவது நாட்டு வைத்தியம் சொல்லுங்களேன்..." என்று இன்றுவரை கிராமத்துப் பாட்டிகளிடம் வைத்தியம் கேட்டுக் கொண்டுதான் இருக்கிறோம். சாம்பார் சாதம் மாதிரி... பருத்திப் புடவை மாதிரி... இந்த நாட்டு வைத்தியமும் நம் ஊரில் எவர் கிரீன்தான்.

நமக்கு இங்கே நாட்டு வைத்தியம் தந்திருக்கிற அன்னமேரி பாட்டிக்கு இந்தத் துறையில் 60 வருடங்களுக்கும் மேற்பட்ட அனுபவம் இருக்கிறது. கடலூர், சாமிப்பிள்ளை நகரைச் சேர்ந்த பாட்டியின் வீட்டைச் சுற்றிலும் காடு போல வளர்ந்து கிடக்கின்றன மூலிகைச் செடிகள். என்ன வியாதி என்றாலும் தீர்வு தேடி பாட்டியைத் தேடி ஓடி வருகிறார்கள் சுற்றுப்புற கிராமத்து ஜனங்கள். வைத்தியம் முழுக்க முழுக்க இலவசம்!

"காசா முக்கியம்? ஜனங்க நோய், நொடி இல்லாம சொகமா இருக்கணும். அதுதேன்

முக்கியம்” என்று மனசுக்குள்ளிருந்து பேசுகிற அன்னமேரி பாட்டிக்கு வயது 85!

இதோ... உங்கள் குடும்பத்துக்கும் ஆரோக்கியத்தைக் கொண்டு வருகிறார் அன்னமேரி பாட்டி!

மழை ஓஞ்சி பனி அடிக்குதில்ல... அந்த சீஸனுக்கேத்த மருந்து சொல்றேன்... கவனமா கேட்டுக்கங்க!

**குழந்தைகளின் சளிக்கு...**

ஆடாதொடை இரண்டு இலை, தும்பைப்பூ 10 எண்ணிக்கை, தாளிசபத்திரி (நாட்டு மருந்து கடையில் கிடைக்கும்) கால் ஸ்பூன், இஞ்சி ஒரு துண்டு... இதெல்லாத்தையும் நசுக்கி, சாறெடுக்கணும். இதுல 8 சொட்டு சாறு எடுத்து, ஒரு ஸ்பூன் தேன் கலந்து, 3 மணி நேரத்துக்கு ஒருமுறை குழந்தையோட நாக்குல தடவி வந்தா, சளி கட்டுக்குள்ள வரும். பிறந்த குழந்தைகள் முதல் 2 வயசுக் குழந்தைகள் வரை இந்த மருந்தைத் தரலாம்.

ஆடா தொடை

தும்பைப்பூ

தேன்

வெள்ளைப்பூண்டு

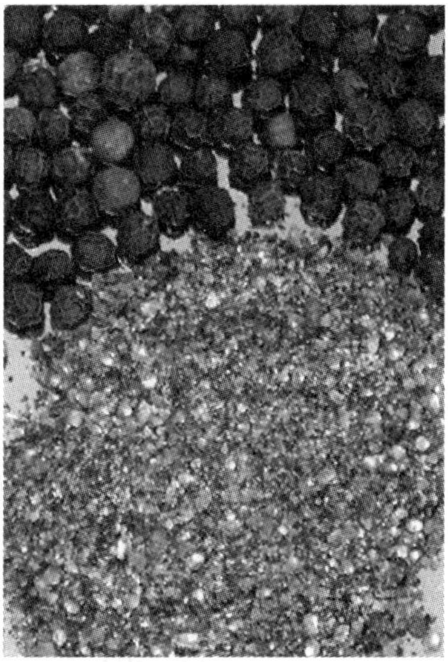

மிளகு

## பெரியவர்களுக்கு ஏற்படும் நெஞ்சுச் சளிக்கு...

*இதுக்கு பூண்டுப் பால் நல்ல மருந்து. பெரிய சைஸ் முழு வெள்ளைப் பூண்டை தோல் உரிச்சுக்கணும். 100 மில்லி பசும்பால்ல தண்ணி கலந்து, இதுல பூண்டை நல்லா வேக வைக்கணும். அடுப்புலருந்து இறக்குறதுக்கு முன்னால ஒரு சிட்டிகை மஞ்சள் தூள், கால் ஸ்பூன் மிளகுப் பொடி போட்டு இறக்கிடணும். இதை நல்லாக் கடைஞ்சு, தேவையான அளவு பனங்கற்கண்டு சேர்த்து, ராத்திரி தூங்கப் போறதுக்கு முன்னாடி சாப்பிட்டா, நல்ல பலன் கிடைக்கும்.*

## இருமல் விலக..

*அதிமதுரம் 100 கிராம் எடுத்து நசுக்கி, 200 மில்லி தண்ணியில வெறுமனே ஊற வச்சு, காலையில எடுத்து வடிகட்டி, சூடாக்கி (கொதிக்க வைக்க தேவையில்லை) பனங்கற்கண்டு சேர்த்துக் குடிச்சு வந்தா இருமல் ஓடியே போயிரும்.*

பனங்கற்கண்டு

# வயிற்றுக்கடுப்பை போக்கும் கடுக்காய் கொட்டை!

2

குழந்தைகளுக்கு ஒண்ணுன்னா குடும்பமே சோர்ந்து போயிரும். இதுக்காகத்தேன் கைவசம் எப்பவும் சில மூலிகை சாமான்களை வச்சிக்கிடணும். இப்போ குழந்தைகளுக்கான வைத்தியத்தைத் தெரிஞ்சுக்குங்க.

**குழந்தைகளின் வாந்தி நிற்க...**

வேலிப்பருத்திங்கிற உத்தாமணி இலைச் சாறுல ஒரு கைப்பிடி மிளகை 7 முறை ஊற

வேலிப்பருத்தி

வசம்பு

வைக்கணும் (மிளகுல உத்தாமணிச் சாறை ஊத்தினா கொஞ்ச நேரத்துலயே அவ்வளவையும் உறிஞ்சிக்கிடும். இப்படி ஏழு முறை செய்யணும்). ஊறின மிளகை உலர்த்தி, பொடிச்சு வெச்சுக்கிடணும். இந்தப் பொடியிலருந்து ஒரு சிட்டிகை எடுத்து, அதுல 20லருந்து 40 மில்லி பால்... இல்லேன்னா தேன் கலந்து கொடுத்து வந்தா, செரியாமை, வாந்தி, மந்தம் எல்லாம் ஓடிப் போயிரும்.

வாந்தி நிக்க இன்னொரு வைத்தியமும் இருக்கு. ஒரு துண்டு வசம்பை நெருப்புல சுட்டு, கருக்கி, அதை ஒரு தேய் தேய்ச்சு, தேன்ல குழப்பி, ரெண்டு, மூணு முறை குழந்தைங்க நாக்குல தடவினா வாந்தி நின்னு, முழு குணம் கிடைக்கும்.

**வயிற்று உப்புசம் குணமாக..**

சுக்கு, சீரகம், சிறுபுள்ளடி (தரையில் படரும் செடி) எல்லாத்தையும் புளியங்கொட்டை அளவு எடுத்து நசுக்கி, தாய்ப்பால்ல ஊற வைச்சுப் பிழிஞ்சிக்கணும். இதை அரை பாலாடை அளவுக்கு எடுத்து, ஒருமுறை கொடுத்தாலே வயிற்று உப்புசம் சரியாகிடும்.

பிரண்டை

சுக்கு

சிறுசா ஒரு துண்டு பிரண்டைய எடுத்து, அது மேல உப்பைத் தடவி, ஒரு ஓட்டுல வச்சி தீயில காட்டுனா, 'படபட'னு வெடிக்கும். இதை ஒரு டம்ளர் தண்ணியில போட்டு வச்சுக்கணும். குழந்தைகளுக்கு வயிறு உப்புசமா இருக்கிறப்ப இந்தத் தண்ணியில அரை பாலாடை கொடுத்தா, நல்ல பலன் கிடைக்கும்.

**வயிற்றுப்போக்கு நிற்க...**

சமையலுக்கு உபயோகிக்கிற மஞ்சளை ஒரு கணு (துண்டு) எடுத்துத் தூளாக்கி, சூடு பண்ற கரண்டி... இல்லேன்னா கடாயில போட்டு வறுத்தா, தீ மாதிரி ஆயிரும். இதுல அரை ஸ்பூன் ஓமத்தைத் தூவினா அது வெடிக்கும். உடனே அரை டம்ளர் தண்ணி ஊத்திக் காய்ச்சி, வடிகட்டி, இதுலருந்து அரை பாலாடை அளவுத் தண்ணிய ஒருமுறை கொடுத்தாலே வயிற்றுப்போக்கு சரியாகிடும்.

**வயிற்றுக்கடுப்பு நீங்க...**

தாய்ப்பால்ல கடுக்காய்க் கொட்டையை இழைச்சி அரை பாலாடை வீதம் கொடுத்துட்டு வந்தா, வயிற்றுக்கடுப்போட கூடிய பேதி சரியாகிடும்.

# கணை இழுப்புக்கு நாட்டுக்கோழி முட்டை...

3

**ப**னி காலம் வந்தாப் போதும்.. இருமலும் சளியும் சிறுசுகளை சட்டுனு பிடிச்சுக்கிட்டு இம்சைப்படுத்தும். அந்த இம்சைகள வெரட்டுற மூலிகைகளப் பார்ப்போம் வாங்க...

**குழந்தைகளின் இருமலுக்கு...**

சின்ன துண்டு (ஒரு கணு) சித்தரத்தையும் ஒரு ஸ்பூன் பனங்கல்கண்டையும் ஒரு டம்ளர் தண்ணிய விட்டு அரை டம்ளரா காய்ச்சணும். ஒரு வேளைக்கு ஒரு பாலாடை (சங்கு) அளவு,

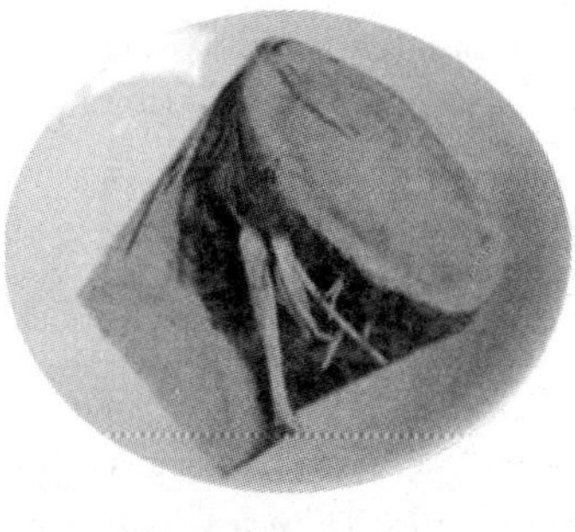

**சித்தரத்தை**

தூதுவளை

தேன்

இதை ஒருநாளைக்கு 3 இல்ல... 4 வேளை கொடுத்துட்டு வந்தா வறட்டு இருமல் விலகும். மூணு மாச பச்சைக் குழந்தையிலருந்து ரெண்டு வயசுக் குழந்தைங்க வரைக்கும் தைரியமா இதக் கொடுக்கலாம்.

பல்லு மொளச்ச பிள்ளை களுக்கு, நெய்யில 10 தூதுவளை இலைகள வதக்கி, (பெரியவங்கன்னா... ஒரு கைப்பிடி இலை) அப்படியே மென்னு தின்ன வச்சா இருமல் அண்டாது!

10 உத்தாமணி இலைகள எடுத்து சாறு பிழிஞ்சிக்கணும். ஒரு பட்டாணி அளவு சுண்ணாம்புல இதைக் கலந்து தொண்டைக் குழியில தடவி வந்தா இருமல் 'சட்'டுனு நிக்கும்.

இருமலும் சளியும் வந்து மூச்சு விட முடியாம சில குழந்தைங்க திணறிப் போயிரும். இந்தக் கோளாறை 'தெக்கத்திக்கணை'னு சொல்லுவாக. இதுக்கு... தூதுவளை இலைய கசக்கி, அதுல மூணு சொட்டு சாறு எடுத்து, ஒரு ஸ்பூன் தேன் கலந்து குழந்தையோட நாக்குல தடவுங்க. நல்ல குணம் தெரியும்.

**நாட்டுக்கோழி முட்டை**

இலைகளை எடுத்த தூதுவளை குச்சிய (தண்டு) நல்லா காய வச்சு இடிச்சுப் பொடியாக்கி சலிச்சுக்கணும். இத காத்துப் புகாத டப்பாவுல போட்டு வெச்சிக்கிடுங்க. மிளகு அளவு இந்தப் பொடிய எடுத்து, தேனுல குழப்பி நாக்குல தடவுங்க. இப்படி 4 வேளை கொடுத்திட்டு வந்தா தெக்கத்திக்கணை சரியாப் போயிரும்.

நாட்டுக்கோழி முட்டையோட மஞ்சக் கருவை கரண்டில ஊத்தி, லேசான சூட்டுல காய்ச்சினா எண்ணெய் வரும். இதுல மிளகு அளவு கோரோசனை (நாட்டு மருந்து கடையில் கிடைக்கும்) கலந்து இழைச்சு, உள்ளுக்குக் கொடுத்துட்டு வந்தா இருமல், கணை இழுப்பு குணமாகும்.

மூணு அங்குல இண்டடந்தண்டை குச்சியை (இண்டு) ராத்திரியே ஒரு டம்ளர் தண்ணில ஊற வச்சு, காலையில தண்டை மட்டும் எடுத்து தண்ணி இல்லாம நல்லா துடைச்சிக்கணும். இது குழல் மாதிரி இருக்குறதால ஒரு பக்க துவாரம் வழியா ஊதினா அரை (அ) ஒரு ஸ்பூன் அளவுக்குத் தண்ணி வரும். இந்தத் தண்ணி கூட மிளகு அளவு கோரோசனை கலந்து காலையில வெறும் வயித்துல 3 நாள் தொடர்ந்து கொடுத்து வந்தா கணை இழுப்பு, சளி, இருமல்... எல்லாம் ஓடியே போயிரும்.

# சுளுக்கையும் வாய்வுப் பிடிப்பையும் விரட்டும் முடக்கத்தான்!

4

**வா**ய்வுப் பிடிப்பு, சுளுக்கு... இந்த ரெண்டுக்கும் நாட்டு வைத்தியத்துல முழுமையான நிவாரணம் இருக்கு. இதுக்கான மருத்துவத்தை இப்போ பார்க்கலாமா?

ஒரு கைப்பிடி முடக்கத்தான் இலையை எடுத்து, 3 டம்ளர் தண்ணியில போட்டு கொதிக்க வைக்கணும். அதை அரை டம்ளரா சுண்ட வச்சு பெரியவங்களுக்குத் தரலாம். சின்னக் குழந்தைகளுக்கு அரை பாலாடை

**முடக்கத்தான்**

முருங்கை

வாதநாராயணன்

கொடுத்தாப் போதும். ஒருமுறை இதை சாப்பிட்டாலேகூட பிரச்னை சரியாகிடும்.

மேல சொன்ன மருந்தை சாப்பிடுறதோட, இப்ப சொல்லப் போற வைத்தியங்கள்ல எது முடியுதோ அதைச் செஞ்சா, சுளுக்கும் வாய்வுப் பிடிப்பும் ஓடியே போயிரும்.

முருங்கைப்பட்டை 5 கிராம், ஒரு கணு சுக்கு, புளியங் கொட்டை அளவு பெருங்காயம், ஒரு டீஸ்பூன் கடுகு எடுத்து, தண்ணி விட்டு அரைச்சு, கூழான பதத்துல கரண்டியில வச்சு சூடு காட்டணும். அப்புறம் இளஞ் சூட்டுல அதை சுளுக்கோ, வாய்வுப் பிடிப்போ இருக்குற இடத்துல 'பத்து'ப் போடணும். இதை ராத்திரியில போட்டு, காலையில கழுவிடணும்.

**குன்றிமணி**

தழுதாளை ரெண்டு கைப்பிடி அளவு எடுத்து, நாலு லிட்டர் தண்ணியில போட்டுக் கொதிக்க வைக்கணும். இந்தத் தண்ணியை பொறுக்குற சூட்டுக்கு ஆற விட்டு, வாய்வுப் பிடிப்பு இருக்குற இடத்துல தினமும் ஊத்திட்டு வரணும்.

வாதநாராயணன் இலையும் இதுமாதிரி கோளாறுகளை சரி பண்ணும். வாதநாராயணன் இலையை ஒரு கைப்பிடி எடுத்து, அதைப் பச்சையா அரைச்சு, வாய்வுப் பிடிப்பு/சுளுக்கு இருக்குற இடத்துல பத்துப் போட்டு 3 மணி நேரம் கழிச்சுக் கழுவணும்.

சுளுக்கு/வாய்வுப் பிடிப்புக்கு இந்த மூணுமே நல்ல மருந்து!

அடிபட்டதால சில பேருக்கு உள்ளுக்குள்ள வீக்கம் இருக்கும். நடக்கவே கஷ்டப்படுவாங்க... அப்படிப்பட்டவங்களுக்கு அற்புதமான மருந்து குன்றிமணி. காய்ஞ்ச குன்றிமணியோட விதைகளை ரெண்டு ஸ்பூன் அளவு எடுத்து, தோலை எடுத்துட்டு, பருப்பை மட்டும் தண்ணியில ஊற வைக்கணும். காலையில ஊற வச்சதை சாயங்காலம் எடுத்து அரைச்சு, இரும்புக் கரண்டியில சுட வைக்கணும்.

பிறகு, இதை வீக்கம் உள்ள இடத்துல, பொறுக்குற சூட்டுல தெனமும் ராத்திரி பத்து போடணும். இதை நாலு நாள் தேய்ச்சாலே வலியும் வீக்கமும் சரியாகிடும். தேவைப்பட்டா ஒரு வாரம் கழிச்சு திரும்பவும் இதே வைத்தியத்தைச் செய்யலாம்.

# ஒல்லிக்குச்சி உடம்பை...
# பருக்க வைக்கும் பூசணி!

5

**க**ண்டங்கத்தரில்லாம் இப்போ கிடைக்குறது ரொம்ப கஷ்டமாப்போச்சு. இந்தக் கண்டங் கத்தரி வேர், ஆடாதொடை வேர் ரெண்டும் தலா 40 கிராம் அளவு எடுத்து... அதோட அரிசி திப்பிலி 5 கிராம் தட்டிப் போட்டு ரெண்டு லிட்டர் தண்ணியில நல்லா கொதிக்க வையிங்க. அரை லிட்டரா ஆனதும் இறக்கிருங்க. அதுக்கு அப்புறமா அதுல 100 மில்லி அளவு தினமும் 4 வேளை குடிச்சிட்டு வந்தீங்கனா ஆஸ்துமா கோளாறு, சைனஸ், கபஇருமல், சாதாரண இருமல்னு எல்லாமே சரியாயிடும்.

**கண்டங்கத்தரி**

சுண்டைக்காய் வத்தல்

ஊமத்தை

பாகற்காய்

சுண்டவத்தலுக்குஉள்ளமகிமையை அனுபவிச்சாத்தான் தெரியும். மூல நோய் உள்ளவங்களுக்கு இந்த சுண்ட வத்தல் நல்ல மருந்து. சுண்ட வத்தலோட கறிவேப்பிலை, மிளகு, சீரகம், வெந்தயம் எல்லாத்தையும் சம அளவு எடுத்து இளவறுப்பா வறுத்துக்கோங்க. அதோட உப்பு சேர்த்து பொடியாக்கி வச்சிக்கோங்க. மூணுவேளை சாப்பாட்டுலயும் முதல் கவளத்தோட இந்த பொடியை கலந்து சாப்பிட்டு வந்தீங்கனா எல்லா வகையான மூலமும் காலப்போக்குல சரியாயிரும்.

ஊமத்தைச்செடியைப் பார்த்ததும் அது நஞ்சுனுதான் நினைப்போம். ஆனா அதிலயும் நிறைய மருத்துவ குணங்கள் இருக்கு. வாதத்துனால வரக்கூடிய வலி, மூட்டு வீக்கம் உள்ள இடங்கள்ல ஊமத்தை இலையை நல்லெண்ணய்ல வதக்கி கட்டினா நல்ல நிவாரணம் கிடைக்கும். சில தாய்மாருக்கு தாய்ப்பால் கட்டிக்கிட்டு மரணவலி எடுக்கும். அந்தமாதிரி பிரச்னை உள்ளவங்களும் இதே சிகிச்சையை செஞ்சா உடனடி பலன் கிடைக்கும்.

பாகற்காயோட இலையை சாறு எடுத்து 30 மில்லி அளவு குடிச்சிட்டு வந்தா வயித்துப்பூச்சி வந்தேனா பாருனு விலகி ஓடிடும். பாகற்காயை வத்தலாக்கி வறுத்து சாப்பிட்டு வந்தீங்கனா மூலம், காமாலை நோய், கல்லீரல் - மண்ணீரல் குறைபாடுகளெல்லாம் சரியாகும்.

பூசணிக்காய்ல நிறைய இனம் இருக்கு. முக்கியமா கல்யாணப் பூசணியை சமைச்சி மூணு மாசம் தொடர்ந்து சாப்பிட்டு வந்தீங்கனா

**பூசணிக்காய்**

ஒல்லிக்குச்சி உடம்பெல்லாம் குண்டு பூசணியாயிரும். சொட்டு மூத்திரம், மூத்திர தாரையில எரிச்சல், ரணம் இருந்தா 15 மில்லி பூசணிச் சாறோட 10 செம்பருத்திப்பூ சாறு எடுத்து கலந்து குடிச்சா உடனடி நிவாரணம் கிடைக்கும்.

தேங்காய்க்கும்கூட மருத்துவ குணம் நிறையவே இருக்கிறது. விதைவீக்கம் உள்ளவர்கள் முத்தின தேங்காயைத் துருவி விளக்கெண்ணெய் விட்டு வதக்கி இளஞ்சூட்டுல கட்டிட்டு வந்தீங்கனா வீக்கம் கரைஞ்சி போயிரும். தேங்காய்ப்பூவை வதக்கி மார்புல கட்டிட்டு வந்தீங்கனா அதிகமா பால் சுரக்குறது நிற்கும். தேங்காய்ப் பாலை தெனமும் கொப்புளிச்சி வந்தா நாக்குப்புண், உதட்டு ரணம் எல்லாம் சரியாயிடும்.

# தலைபாரம் போக்கும் மகிழம்பூ!

6

**பூ**க்கள்ல எத்தனையோ வகை இருக்கு. மணம் உள்ள பூக்களும் இருக்கு... மணமில்லாத பூக்களும் இருக்கு. நாம இங்க பாக்கப்போறது மருத்துவ குணமுள்ள பூக்களத்தான்.

அகத்திப்பூ

அகத்திக்கீரையோட மருத்துவ குணங்கள் சிலபேருக்குத் தெரிஞ்சிருக்கும். ஆனா அகத்திப்பூவோட குணங்கள் பத்தி பல பேருக்குத் தெரியாது.

அகத்திப்பூ

மகிழம்பூ

வெள்ளை நிறத்துல உள்ள அகத்திப்பூவை சின்னச் சின்ன துண்டுகளாக்கி பால்ல போட்டு காய்ச்சி, சர்க்கரை சேர்த்துக் குடிச்சிட்டு வந்தீங்கன்னா உடல்சூடு, பித்த சூடு எல்லாமே விலகிடும்.

**மகிழம்பூ**

மகிழம்பூவை பொண்ணுங்க தலையில வச்சிட்டு வந்தாலே கண்நோய், தலைவலி, தலைபாரம் எல்லாம் விலகிப்போயிரும். ஆண்கள் ராத்திரிநேரத்துல தூங்கும்போது, அந்தப் பூவை தலையணையில் வச்சிட்டு வந்தாலே மேலே சொன்ன எல்லாப் பிரச்னைகளும் பஞ்சா பறந்துரும்.

தாழம்பூ

**தாழம்பூ**

பொண்ணுங்களுக்குத்தான் பெரும்பாலும் பேன்தொல்லை இருக்கும். அந்த மாதிரி பாதிப்பு உள்ளவங்க தாழம்பூவை தலையில வச்சிட்டு வந்தாலே பேன் ஒழிஞ்சி போயிடும். மேலும் தாழம்பூவை தண்ணியில போட்டு காய்ச்சியோ, சாறு எடுத்தோ குடிச்சிட்டு வந்தா இதயம் நல்லா பலம்பெற்று உடம்புலயும் அழகு கூடும்.

அல்லிப்பூ

தாமரைப்பூ

**தாமரைப்பூ**

தாமரைப்பூவுல வெள்ளைத்தாமரை கிடைச்சா நல்லது. தாமரைப்பூவை கஷாயம் செஞ்சி குடிச்சிட்டு வந்தா இதயத்துக்கு நல்லா பலன் கிடைக்கும். அதோட உடம்புல இருக்குற வெப்பம் விலகுறதோட தாது எரிச்சலை போக்கி, ரத்த நாளத்தை சரி பண்ணும்.

**அல்லிப்பூ**

அல்லிப்பூவை கஷாயம் பண்ணி குடிச்சிட்டு வந்தீங்கனா நீரிழிவுங்குற சர்க்கரை நோய் சமநிலைக்கு வரும். இதேபோல வெப்பச்சூட்டுனால வரக்கூடிய கண்நோய் எல்லாத்தையும் தீர்த்திடும். அல்லிப்பூவை சர்பத் செஞ்சி சாப்பிடலாம்.

**வேப்பம்பூ**

வேப்பம்பூ நல்ல கிருமிநாசினியா செயல்படுது. வேப்பம்பூவை குடிநீர் செஞ்சோ, துவையள் செஞ்சோ சாப்பிட்டா நல்ல பலன் கிடைக்கும். வயித்துப்பூச்சிகளைக் கொல்றதோட அடிக்கடி வந்து பாடாய்படுத்துற ஏப்பத்தை நிறுத்திடும்.

வேப்பம்பூ

**இலுப்பைப்பூ**

இலுப்பைப்பூவை பால்ல போட்டு காய்ச்சி தினமும் ஒரு தடவை குடிச்சிட்டு வந்தா தாது விருத்தியாகும். அதாவது உடம்புல நல்ல பலம் ஏறும்.

# சூலை வலி தீர்க்கும் ஓமம், வெத்திலை!

7

**தா**ன் தாயாகும்போதுகூட பெண்கள் ரொம்ப பயப்படுறதில்ல. ஆனா, தன் மக உண்டாகி, தாய் வேறா பிள்ளை வேறா பிரியுற வரைக்கும் பரிதவிச்சுப் போயிடுறா ஒவ்வொரு பெண்ணும்.

அதுலயும் இன்னிக்கு இருக்குற அம்மாக்கள் பலருக்கும் மக சூட்டு வலியில துடிக்கிறாளா... பிரசவ வலியானு தெரியுறதில்ல. வலியில துடிக்கிற பிள்ளைக்கு என்ன செய்யணும்னும் தெரியுறதில்ல. அதைத்தான் இங்க சொல்லித் தந்திருக்கேன்... கவனமா கேட்டுக்குங்க!

**துத்தி**

வெள்ளைப்பூண்டு

இந்த வைத்தியத்தை செஞ்சு வலி நின்னுட்டா அது பிரசவ வலி கிடையாது. வலி நிக்கலைன்னா, பிள்ளைய டாக்டர்கிட்ட கூப்பிட்டுட்டுப் போய்டலாம்.

**அடிவயிற்று வலி, நீர்க்கட்டு விலக...**

புள்ளைத்தாச்சிப் பொண்ணுங்க சிலருக்கு ஏழாம் மாசம் நெருங்குறப்பவே சில உபாதைகளும் வந்துரும். அதுல முக்கியமானது சூலைவலிங்கிற அடிவயித்து வலி.

ஒரு பாத்திரத்துல ஒரு கைப்பிடி அளவுக்குப் பெருந்துத்தி இலைய போட்டு, அதுகூட ஒரு கைப்பிடி சின்ன வெங்காயம், சீரகம் ஒரு ஸ்பூன், பசும்பால் கால் லிட்டர், தண்ணி அரை லிட்டர் சேர்த்து, மூடி, அடுப்புல வச்சி கொதிக்க விடணும். நல்லா ஆவி வந்ததும் அடுப்பை அணைச்சிட்டு இறக்கிடணும். பாத்திரம் சூடு தாங்குற அளவுக்கு வந்ததும், அப்படியே அடிவயித்துக்கு கீழ வச்சி ஆவி பிடிச்சா, அடிவயித்து வலி போயிரும்.

வெற்றிலை

இதுக்கு இன்னொரு வைத்தியமும் இருக்கு. ஒரு டேபிள் ஸ்பூன் ஓமத்தோட 5 வெத்திலை, 3 பூண்டு பல்லு எடுத்துக்கணும். வெறும் கடாயில ஓமத்தைப் போட்டு வறுத்துக்கணும். அது

**பனைவெல்லம்**

நல்லா பொரிஞ்சு வெடிச்சதும் வெத்தலையைப் பிய்ச்சுப் போடணும். தோலு உரிக்காம பூண்டை நசுக்கிப் போட்டு 5 நிமிஷம் வதக்கணும். இதுல ஒண்ணரை டம்ளர் தண்ணிய விட்டு அரை டம்ளரா வத்துற வரைக்கும் காய்ச்சணும். இதுகூட 50 கிராம் பனைவெல்லம்... இல்லைன்னா, நெல்லிக்காய் அளவு பசுவெண்ணெய்... சேர்த்து, கலக்கிக் குடிக்கணும். சுரீர்னு வலிச்ச சூலை வலி நின்னுரும். நீர்க்கட்டு வராமலும் பாதுகாக்கும் இந்த பானம்.

குழம்பு வடகத்தை ஒரு நெல்லிக்காய் அளவு எடுத்து கடாயில போட்டுப் பொரிச்சிக்கணும். இதுல ஒரு டம்ளர் தண்ணிய விட்டு அரை டம்ளரா காய்ச்சி, சூடு ஆறினதும் குடிக்கணும். இப்படி குடிச்சா நீர்க்கட்டு விலகி, உடல் வீக்கமும் உருண்டோடிரும்.

அரிசி வேக வச்ச தண்ணிய (சூடா ஆறதுக்கு முன்னால) அரை டம்ளர் அளவுக்கு எடுத்துக்கணும். இத்தோட ஒரு நெல்லிக்காய் அளவு பசு வெண்ணெய சேர்த்துக் கலந்து, ஆறினதும் ஒருநாள் விட்டு ஒருநாள் குடிச்சிட்டு வந்தா... எந்தத் தொல்லையும் எப்பவும் இருக்காது.

**ஓமம்**

# அக்கியை விரட்டும் தரைப்பசலைக் கீரை!

8

"உச்சி வெயில் மண்டையைப் பொளக்குது..."

"ஷ்... அப்பப்பா..! இந்த வேகாத வெயில்ல கடை, கண்ணிக்குப் போய் வர முடியுதா?"

- வெய்யில் காலத்துல பார்க்கிற எல்லாருமே இப்படித்தான புலம்புறாங்க?! காணாக் குறைக்கு அக்கி, வியர்வை, அம்மைனு வேனல் நோய்கள் வேற வந்து பாடாப் படுத்தும். அதுல இருந்து விடுபடறதுக்கும், வந்த நோய்ல இருந்து உங்கள காப்பாத்திக்கிறதுக்கும் சில வைத்தியம் சொல்றேன்... கேட்டுக்கிடுங்க...

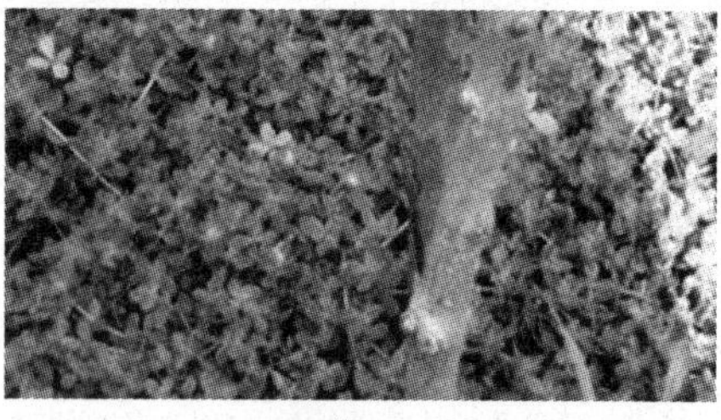

**தரைப்பசலை**

**அக்கி குணமாக...**

தரைப்பசலைக் கீரையை நெல்லிக்காய் அளவு எடுத்து, மையா அரைச்சு, ஒரு ஸ்பூன் வெண்ணெய் எடுத்து அதுல போட்டுக் குழப்பி, அக்கி வந்த எடத்துல பூசணும். காலையில பூசி மதியம் ஒரு மணி அளவுல குளிக்கணும். சோப்புக்குப் பதிலா பச்சைப் பயறு மாவை உபயோகிச்சுக் குளிக்கணும். இப்படி மூணு நாள் செய்துட்டு வந்தாலே அக்கி குணமாகிடும்.

அகத்திக்கீரை

அகத்திக் கீரையை தேவையான அளவு எடுத்து மையா அரைச்சு... காலையில பூசி மதியம் ஒரு மணிக்கு பச்சைப் பயறு மாவு பூசி குளிக்கணும். தொடர்ந்து மூணு நாளுக்கு இப்படி செஞ்சு வந்தாலும் அக்கி குணமாகிடும்.

பாசிப்பயறு

சோறு வடிச்ச கஞ்சித் தண்ணிய ராத்திரி நேரத்துல எடுத்து வச்சி காலை நேரத்துல அக்கி மேல தடவி வரணும். ஏற்கெனவே சொன்னது போல சோப்புக்குப் பதிலா பச்சைப் பயறு மாவு தேய்ச்சிக் குளிக்கணும். தொடர்ந்து மூணு நாள் இப்படி செஞ்சா அக்கி குணமாயிரும்.

**வேனல் கட்டி சரியாக...**

சந்தனம்

சின்னப் பிள்ளைகளுக்கு வர்ற வேனல் கட்டிக்கு, சாதாரணமா சந்தனக் கட்டையை அரைச்சு, பூசி வந்தாலே போதும். சரியாகிடும்.

பெரியவங்களுக்கு உஷ்ணம் அதிகமாகி அதனால வரக்கூடிய வேனல் கட்டிகளை சரி பண்ணணும்னா... அதுக்கு வேற வைத்தியம் இருக்கு. சின்ன வெங்காயம் ரெண்டு, வெந்தயம் ஒரு ஸ்பூன் எடுத்து, தண்ணி விடாம அரைச்சுக்கணும். அதை கட்டியோட நுனிப் பகுதியில படாம மற்ற பகுதியில பூசணும். ஒரு நாளைக்கு ஒரு வேளை வீதம் ரெண்டு நாள் பூசி வந்தா கட்டி உடைஞ்சிரும்.

வெங்காயம்

வெந்தயம்

## அம்மை வராமல் தடுக்க...

ஒரு வீட்டுல யாருக்காவது அம்மை நோய் வந்திருந்தா, மத்தவங்க உஷாரா இருக்கணும். வேப்பங் கொழுந்து 2 இணுக்கு எடுத்து, அரைச்சு, காலையில வெறும் வயித்துல மூணு நாள் சாப்பிடணும். இதைச் சாப்பிட்டு ரெண்டு மணி நேரம் கழிச்சுத்தான் காலை டிபன் சாப்பிடணும். இப்பிடி செஞ்சா அம்மை நோய் பக்கத்துலயே வராம நம்மைப் பாதுகாத்துக்கிடலாம்.

வேப்பங்கொழுந்து

## அம்மை வந்த பின் குணமாக...

பொதுவா அம்மை வந்தா கிராமப்புறங்கள்ல வேப்ப இலையைக் கீழ பரப்பி அது மேல உக்கார வைப்போம். ஏன்னா... வேப்ப இலை நல்ல குளுமை. அதோட, கிருமி நாசினியும்கூட! படுக்கையிலகூட வேப்ப இலையைப் பரப்பி வைக்கலாம். மேலும் வேப்பங்கொழுந்து ஒரு இணுக்கு எடுத்து அரைச்சு, ஒரு நாளைக்கு ஒரு தடவை உள்ளுக்கு சாப்பிடக் கொடுக்கலாம். ஜவ்வரிசி கஞ்சி, இளநீர், புளிப்பில்லாத நீராகாரத்தையும் கொடுக்கலாம். வேற வைத்தியம் தேவையில்லை.

அம்மை வந்தா அஞ்சாவது நாளோ ஏழாவது நாளோ இறங்கும். அப்போ தலைக்கு தண்ணி ஊத்துவாங்க. அதுக்கு சாதாரண தண்ணிய உபயோகிக்கக் கூடாது. அதுக்கும் ஒரு பத்தியம் இருக்கு... சொல்றேன்...

இளநீர்

அருகம்புல்

ஒரு பக்கெட் நெறைய தண்ணி நிரப்பி, அதோட ஒரு கைப்பிடி வேப்பிலை, ஒரு கைப்பிடி அருகம்புல், ஒரு சிட்டிகை மஞ்சள்தூள் போட்டு வெயில்ல காய வைக்கணும். மதியம் ஒரு மணி அளவுல இந்தத் தண்ணியை எடுத்து தலைக்குக் குளிக்கணும்.

குளிக்கிறதுக்கு முன்னால, வேப்பிலை 4 இணுக்கு, அருகம்புல் 4 இணுக்கு, கொஞ்சமா மஞ்சள் தூள் சேர்த்து அரைச்சி, தண்ணியில கலந்து தலையில லேசா தெளிக்கணும். கொஞ்ச நேரம் கழிச்சு பாசிப்பயறு தேய்ச்சிக் குளிக்கணும். அம்மை முழுசுமா போற வரை அஞ்சு முறையோ ஏழு முறையோ இப்படி குளிச்சுட்டு வந்தாலே அம்மை நோய் முழுசுமா குணமாகிடும்.

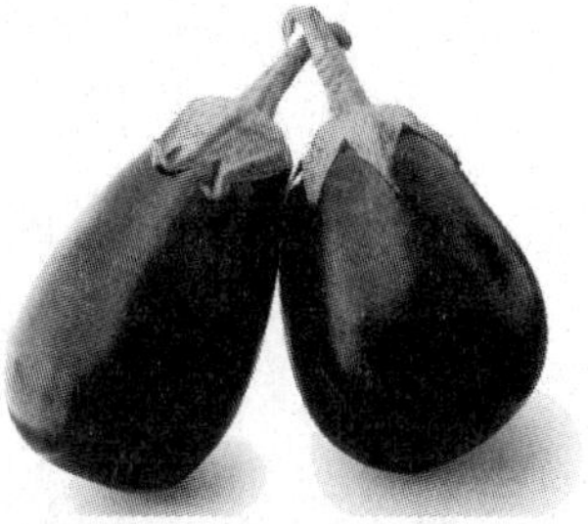

கத்திரிக்காய்

அம்மை நோய் வந்தா... வேப்பம் இலையையும், மஞ்சளையும் சேர்த்து மையா அரைச்சி, அம்மை மேல தடவுங்க. வேப்பந்தழையைப் போட்டு அது மேல படுத்து தூங்குறதோட... பனை நுங்கு, இளநீர்னு குளுமையான ஆகாரமா சாப்பிடுங்க. சீக்கிரமே குணம் கிடைக்கும். வீட்டுலயோ... தெருவுலயோ ஒருத்தருக்கு வந்தபிறகு, மத்தவங்களுக்கு பரவாம இருக்கணும்னா... சின்ன வெங்காயத்தைத் துண்டு துண்டா வெட்டி வாசக்கதவு, ஜன்னல் ஓரங்கள்ல வையுங்க. வேப்பந் தழையைக் கட்டி தொங்க விடுங்க. முத்தின கத்திரிக்காயை வாங்கிட்டு வந்து, தீயில நல்லா சுட்டு, சின்ன வெங்காயம், சுட்ட மிளகாய் வத்தல், உப்பு சேர்த்து பிசைஞ்சு சாப்பிடுங்க. அம்மை நோயில இருந்து உங்களைக் காப்பாத்திக்கலாம்!

9

# வயிற்றுவலிக்கு மிளகும்... சீரகமும்...

**கொ**ளுத்துற கோடை வெயிலோட உஷ்ணம் உடம்பையே உலுக்கி போட்டுருது. போதாக்குறைக்கு, உஷ்ணத்தால வர்ற நோய்ங்களும் நம்மை நடுநடுங்க வச்சிடுது. உஷ்ணத்தால வர்ற வயிற்று பிரச்னைலருந்து உங்களப் பாதுகாத்துக்க இன்னும் சில வைத்திய முறைங்களச் சொல்றேன்... கேட்டுக்கிடுங்க...

மிளகு

சீரகம்

கடுக்காய்

**வயிற்றுவலி சரியாக...**

ஒரு ஸ்பூன் மிளகை கடாயில போட்டு சூடாக்கணும். வெடிச்சதும் அதுல ஒரு டம்ளர் தண்ணிய விட்டுக் காய்ச்சி, கால் டம்ளரா சுண்டினதும் வடிகட்டி குடிச்சிட்டு வந்தா, வயித்துவலி பறந்து போயிரும்.

மிளகுக்குப் பதில் சீரகத்தை வறுத்தும் இதே மருந்தைத் தயாரிக்கலாம். வாரம் ஒருதரமாவது இதைக் குடிச்சம்னா வயித்துவலி வரவே வராது.

**வயிற்றுக்கடுப்பு குணமாக...**

ஒரு டம்ளர் தண்ணில 3 கடுக்காய் கொட்டையைத் தட்டிப் போட்டு, நல்லா கொதிக்க வச்சி அரை டம்ளராக்கணும். இந்தத் தண்ணியை ஆற வச்சு தினம் ஒரு வேளை குடிச்சிட்டு வந்தா வயித்துக்கடுப்பு விருட்டுனு ஓடிரும்.

ஒரு ஸ்பூன் கசகசாவை அரைச்சி 100 மில்லி பசும்பால்ல கலந்து குடிச்சா வயித்துக்கடுப்பு விலகிரும்.

**வயிற்றுப்போக்கு நிற்க...**

ரெண்டு அங்குல மஞ்சளை எடுத்து முதல்ல சின்னச் சின்னத் துண்டா நறுக்கிக்கணும். அப்புறம் அதைப் பாத்திரத்துலப் போட்டு வறுத்துக்கணும். அது நெருப்பா புகைஞ்சு வரும்போது ஒரு ஸ்பூன்

ஓமம்

மஞ்சள்

மாதுளை

ஓமத்தைப் போட்டா, 'பட பட'னு வெடிக்கும். உடனே ஒரு டம்ளர் தண்ணிய விட்டு கால் டம்ளரா சுண்டுற வரை கொதிக்க வைக்கணும். இதை வடிகட்டி ஒரு வேளை குடிச்சா வயித்துப்போக்கு நின்னுரும்.

பால்

சிலருக்கு வயித்த வலிச்சிகிட்டே வயித்துப் போக்கு விடாம போகும். அப்ப... ரெண்டு மாதுளம் பிஞ்சுகளை எடுத்து அரைச்சி, 100 மில்லி பால்ல கலந்து குடிச்சா, வயித்துக்கடுப்பு நின்னு வயிறு லேசாயிரும்.

கடாயில் நல்லெண்ணெயை விட்டு, ஒரு கைப்பிடி இளசான பிரண்டையைப் போட்டு நல்லா வதக்கிக்கணும். கூட ரெண்டு காஞ்ச மிளகாய், புளி, உளுத்தம்பருப்பு, உப்பு எல்லாத்தையும் சேர்த்து வறுத்துக்கணும். இதை அரைச்சி துவையல் மாதிரி செஞ்சி சாப்பிட்டா வயித்துப்போக்கு குணமாயிரும்.

# மாரடைப்புக்கு ஏத்தது மருதம் பட்டை!

10

இந்தக் காலத்துல மாரடைப்பும் நெஞ்சுவலியும் இளசுங்களைக்கூட தாக்க ஆரம்பிச்சிடுச்சி. சரியான உணவுப் பழக்கம் இல்லாம போறதுதான் இதுக்கெல்லாம் காரணம். ஒட்டுமொத்த நோயும் ஒரே நேரத்துல வந்து உடம்பை உலுக்கி போட்டுரும். இதுலயிருந்து தப்பிக்கறதுக்கு சில வைத்திய முறைங்களைத் தெரிஞ்சுக்கிடுங்க..!

அமுக்கிராங்கிழங்கு

செம்பரத்தை

செம்பருத்தி

நாட்டு மருந்து கடையில 'அமுக்கிராங்கிழங்கு'னு ஒண்ணு விக்கிறாங்க. அதைக் கொஞ்சமா எடுத்துக்கிட்டு, சின்னச் சின்ன துண்டுகளா வெட்டி வெச்சுக்கிடணும். மண் சட்டியில பாலை ஊத்தி, துணியால வேடு கட்டி, அதுக்கு மேல (துணியின் மேல்) கிழங்கைப் போட்டு, ஆவியிலயே நல்லா வேக வெச்சு எடுக்கணும். பிறகு, இதை வெயில்ல காய வெச்சு பொடியாக்கிக்கணும். அதுல ஒன்றரை ஸ்பூன் எடுத்து, தேன்ல குழைச்சு, தினமும் காலையில, சாயங்காலம்னு ரெண்டு வேளைக்கு வெறும் வயித்துல சாப்பிடணும். இப்படித் தொடர்ந்து ஒரு மண்டலம் (48 நாள்) சாப்பிட்டு வந்தா... நெஞ்சுவலி, படபடப்பு, மார்பு எரிச்சல் எல்லாம் ஓடியே போயிரும்.

செம்பரத்தம்பூ வைத்தியமும் கைவசம் இருக்கு. இதுல ஏழு பூவை எடுத்து, ஒண்ணரை டம்ளர் தண்ணி விட்டு, அடுப்புல ஏத்திக் காய்ச்சணும். இது அரை டம்ளரா குறுக்கினதும், ஒரு ஸ்பூன் பனங்கல்கண்டு சேர்த்து, திரும்பவும் காய்ச்சணும். பிறகு, இதை ரெண்டு பாகமா பிரிச்சிக்கிட்டு... காலையில, சாயங்காலம்னு ஒரு மண்டலத்துக்கு ரெண்டுவேளை குடிச்சிட்டு வந்தா நல்லா குணம் தெரியும். முதல் வாரத்திலயே குணம் தெரிய ஆரம்பிச்சிரும்.

செம்பரத்தம்பூ கிடைக்காட்டி, 10 செம்பருத்திப்பூவைப் பயன்படுத்தியும் இதேபோல செய்து குடிச்சிட்டு வரலாம். அப்புறம், வெள்ளைத் தாமரைப்பூவுலயும்கூட இதைச் செய்யலாம். இந்தப் பூ பெருசா இருக்கும்கிறதால... முழு பூ, இல்லைனா... அரை பூ இருந்தாலே போதும்.

நாட்டு மருந்து கடையில 'மருதம்பட்டை'னு கேட்டா கொடுப்பாங்க. அதை 10 கிராம் வாங்கிட்டு வந்து... சின்னதா வெட்டி, புது மண்சட்டியில போட்டு, ஒரு டம்ளர் தண்ணி விட்டு,

மருத மரம்

துளசி

கால் டம்ளரா காய்ச்சி வடிகட்டிக்கணும். இந்தத் தண்ணிய தினமும் ஒரு மண்டலத்துக்கு காலையில, சாயங்காலம் 25 மில்லி அளவுக்குக் குடிச்சிட்டு வந்தா... மாரடைப்பும், நெஞ்சுவலியும் நீங்கிரும்.

ஒரு தடவை பயன்படுத்தின மருதம்பட்டையையே மூணு நாளைக்குத் திரும்பத் திரும்ப தண்ணி விட்டு காய்ச்சிக்கலாம். அந்த அளவுக்கு அதுல காரம் இருக்கும்.

ஒரு பாத்திரத்துல ரெண்டு டம்ளர் தண்ணியை எடுத்துக்கிட்டு, அதுல ஒரு கைப்பிடி துளசி இலையப் போடுங்க. பத்து கிராமோ, பதினஞ்சி கிராமோ... பனங்கல்கண்டையும் சேர்த்துக்கோங்க. ஒரு டம்ளரா ஆகுற வரைக்கும் காய்ச்சி வடிகட்டுங்க. இதுல 4 ஸ்பூன் தேனை கலந்து காலை, மதியம், மாலைனு மூணு வேளையும் சாப்பாட்டுக்கு முன்ன குடிங்க. இப்படியே தொடர்ந்து ரெண்டு, மூணு நாள் குடிச்சிட்டு வந்தா... நெஞ்சு வலி ஏற்றுமதி ஆகி, நிம்மதி இறக்குமதியாகும்.

## ரத்த அழுத்தம்...

## பனிபோல் விலக்கிடும் பன்னீர் ரோஜா!

11

இன்றைய இளம் வயசுக்காரங்களுக்கு ஆபீசுல வேலைப்பளு, கடன் தொல்லை, குடும்பச் சிக்கல்னு பிரச்னைகள்லேர்ந்து மீள முடியாம திண்டாடறப்ப ரத்த அழுத்த நோய் உடனே வந்து தொத்திக்கிடும். மயக்கமும், தலை சுத்தலும் வந்து எந்திரிக்க முடியாம இம்சைப்படுத்தும். இதுக்கும் நாட்டு வைத்தியத்துல ஏகப்பட்ட மருந்துகள் இருக்கு... சொல்றேன் கேட்டுக்கிடுங்க!

பன்னீர் ரோஜா

மோர்

தான்றிக்காய்

சுக்கு

**ரத்த அழுத்தம் சீரடைய...**

*பன்னீர் ரோஜா பூ தெரியும்தானே..! அதுல நாலு பூவோட இதழ்களை மட்டும் தனியா எடுத்து, ஒரு டம்ளர் தண்ணி விட்டு நல்லா காய்ச்சணும். அரை டம்ளரா சுண்டினதும் இறக்கி வெச்சிரணும். காலையில வெறும் வயித்துல அதைக் குடிச்சிட்டு வந்தா... ரத்த அழுத்தம் சரியா போயிரும்.*

*இதே நோய்க்கு கைவசம் இன்னொரு வைத்தியமும் இருக்கு. அரை டம்ளர் வாழைத்தண்டு சாறு, அரை டம்ளர் மோர் ரெண்டையும் கலந்துக்கிடணும். இதை 10 முதல் 15 நாட்களுக்கு தொடர்ந்து குடிச்சிட்டு வந்தோம்னா ரத்த அழுத்தம் குணமாயிரும்.*

*திரிபலா (நெல்லிக்காய், தான்றிக் காய், கடுக்காய்) 50 கிராம், திரிகடுகம் (சுக்கு, மிளகு, திப்பிலி) 50 கிராம், அதோட 100 கிராம் நாட்டு சர்க்கரை சேர்த்துக்கணும். இதை காலையிலயும் - சாயங்காலமும் ஒரு ஸ்பூன் அளவுக்கு வெறும் வயித்துல ஒரு மண்டலம் சாப்பிட்டு வந்தா ரத்த அழுத்தம் சரியாயிரும். தேவைப்பட்டா சில நாள் இடைவெளி விட்டு திரும்பவும் சாப்பிடலாம்.*

கடுக்காய்

திப்பிலி

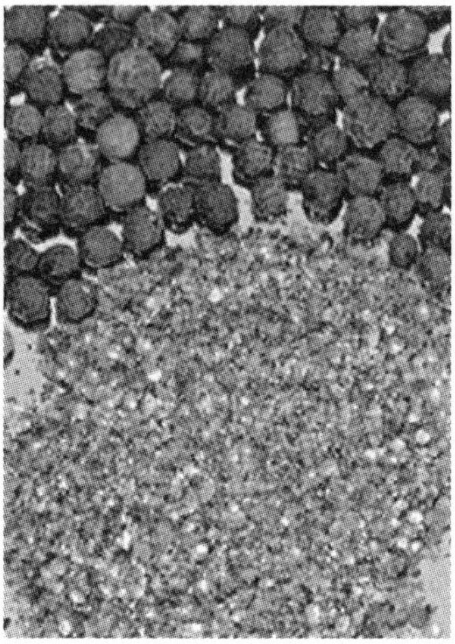

மிளகு

இஞ்சி

**ரத்த அழுத்தத்தால வரும் மயக்கம் சரியாக...**

*சிலருக்கு ரத்த அழுத்தத்துனால தலை சுத்தல், மயக்கம்னு வந்து படுத்தபடுக்கையாக்கிடும். அந்த நேரத்துல ஒரு டேபிள்ஸ்பூன் சர்க்கரையை ஒரு பாத்திரத்தில போட்டு வறுத்துக்கணும். தேன் பதத்தில் பாகுமாதிரி வந்ததும், 3 இன்ச் அளவுள்ள இஞ்சித்துண்டை நல்லா அரைச்சி வடிகட்டி, ஒரு டம்ளர் தண்ணிய சேர்க்கணும். இதுகூட 25 கிராம் காஞ்ச திராட்சையைப் போட்டு கொதிக்க வைக்கணும். இது அரை டம்ளரானதும் இறக்கி வெச்சி ஆறினதும் பழத்தை சாப்பிட்டு தண்ணியையும் குடிக்கணும். காலைல, சாயந்தரம்னு மூணு நாள் தொடர்ந்து குடிச்சிட்டு வந்தா மயக்கம் தெளிஞ்சி, ரத்த அழுத்தமும் குணமாயிரும்.*

# மஞ்சகாமாலைக்கு மட்டுமல்ல... மனநலக் கோளாறுக்கும்...!

12

நமக்கு உடம்புக்கு வர்ற எவ்வளவோ பிரச்னைங்களுக்கு நாட்டு வைத்தியத்துல சுலபமா சரிபண்ணக்கூடிய வழி ரொம்பவே இருக்கு. சரியான தூக்கமில்லனாகூட உடம்பு கெட்டுடும். உடல்நலத்துக்கும் தூக்கத்துக்கும் ரொம்பவே சம்பந்தமிருக்கு.

ஜாதிக்காய்

கீழாநெல்லி

## தூக்கமின்மை சரியாக...

சிலபேரு தூக்கமில்லாம தவிச்சிக்கிட்டே இருப்பாங்க. ஜாதிக்காயைப் பொடி பண்ணி, தினமும் காலையில ஒரு சிட்டிகை அளவு எடுத்து தேன்ல கலந்து சாப்பிட்டு வந்தா... சும்மா கும்முனு சொக்கிக்கிட்டுத் தூக்கம் வரும்.

நல்லவேளைச் செடி

## மனநலக் கோளாறு விலக...

கீழாநெல்லினதும் மஞ்ச காமாலைக்கு மருந்துனுதான் தோணும். ஆனா, மனநலக் கோளாறை சரி பண்ற சக்தியும் அதுக்கு இருக்குங்கறது ஆச்சர்யமான சேதிதான். கீழா நெல்லி சமூலத்தை (இலை, வேர், பூ, காய் என செடி முழுக்க) கல் உரல்ல போட்டு (ஒரு கைப்பிடி அளவு), தண்ணி விட்டு மை மாதிரி அரைக்கணும். தொடக்க நிலை மனநலக் கோளாறு உள்ளவங்களோட தலையில, காலை நேரத்துல இதைப் பூசணும். ரெண்டரை மணியில இருந்து மூணு மணி நேரம் கழிச்சு, தலைக்குக் குளிக்கணும். இப்படி பதினஞ்சு நாளைக்கு ஒரு தடவை செஞ்சா நல்ல குணம் கிடைக்கும். மொத்தம் ரெண்டு, இல்லனா மூணு தடவை செய்தாலே போதும்.

இதேமாதிரி 'நல்லவேளை இலை'யை கல் உரல்ல போட்டு மையா அரைச்சு தலையில பூசி, ரெண்டரை மணியில இருந்து

வல்லாரை

மூணு மணி நேரம் கழிச்சு தலைக்குக் குளிச்சு வந்தாலும் மனநலக் கோளாறு சரியாகும்.

## நினைவாற்றல் பெருக...

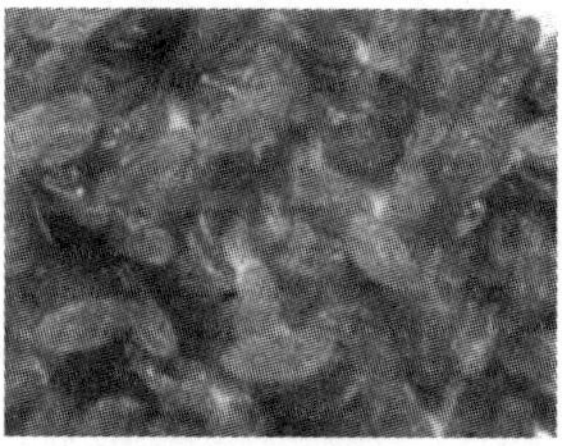

திராட்சை

பாதாம்

திரிபலாவை (நெல்லிக்காய், தான்றிக்காய், கடுக்காய்) கால் ஸ்பூன் எடுத்து தேன்ல கலந்து தினமும் சாப்பிட்டு வந்தா நினைவாற்றல் பெருகும்.

இதேமாதிரி கோரைக் கிழங்கை பொடி பண்ணி, அரை ஸ்பூன் எடுத்து, அதோட தேன் கலந்து சாப்பிட்டு வந்தாலும் நினைவாற்றல் பெருகும்.

வல்லாரை இலைப் பொடியை கால் ஸ்பூன் அளவு காலையும், சாயங்காலமும் சாப்பிட்டு வந்தாலும் நினைவாற்றல் வரும். வல்லாரைத்தூள் 10 மடங்கு, வசம்புத்தூள் ஒரு மடங்கு சேர்த்து கலந்து வச்சிக்கிடணும். இதுல அரை ஸ்பூன் அளவு தேன்ல கலந்து காலை - மாலைனு சாப்பிட்டு வந்தா... நினைவாற்றல் கூடும்.

அமுக்கிராங்கிழங்கு சூரணம் ரெண்டு ஸ்பூன், பாதாம் பருப்பு நாலு, காய்ஞ்ச திராட்சை ஒரு ஸ்பூன் எடுத்து, 200 மில்லி பசும் பால்ல போட்டுக் காய்ச்சி, ஆறினதும் காலையும், சாயங்காலமும் சாப்பிட்டு வந்தா... நினைவாற்றல் அதிகரிக்கும்.

இதையெல்லாம் ஒரு மண்டலம் சாப்பிடணும். தேவைப்பட்டா சில நாட்கள் இடைவெளி விட்டுத் தொடரலாம்.

# தோல் நோயை விரட்ட குப்பைமேனி குளியல்!

13

இந்த... அரிப்பு, படை, அலர்ஜினு வியாதிங்க வந்துட்டா... உடம்புல அங்கங்க தடிச்சிப் போய், பாக்கறதுக்குக் கொடுமையா இருக்கும். அதனால வர்ற அவஸ்தை அதை விட கொடுமையா இருக்கும். இதையெல்லாம் விரட்டியடிக்கறதுக்கு நாட்டுப்புறத்துல ஏகப்பட்ட சங்கதி இருக்கு. அதுல ஒண்ண எடுத்துவிடறேன்... தெரிஞ்சுக்கோங்க!

தவசுமுருங்கை இலையை (பல பேரு இது என்ன செடினு தெரியாமலே வீட்டுல வளர்த்துக்கிட்டிருக்காங்க) ஒரு கைப்பிடி எடுத்து இடிங்க. அதுல கிடைக்கற சாறை குடிச்சா... அரிப்பு, படை எல்லாம் குணமாயிரும்.

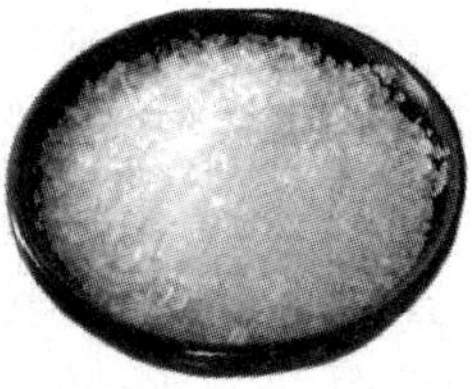

கல் உப்பு

மேலே சொன்ன மருந்தை சாப்பிடுற காலத்துல புளி இல்லாத பத்தியம் இருக்கணும்கிறது முக்கியம். அதை மறந்துட்டு, புளிக்குழம்பு, புளிசாதம்னு மூக்குப்பிடிக்க வெட்டிப்புட்டு, நோய் குணமாகலையேனு இந்தப் பாட்டியைத் திட்டித் தீர்க்கக் கூடாது.

பொதுவா, தோல் வியாதிங்க வந்துட்டாலே மனுஷன ஆட்டிப் படைச்சிடும். நாலு இடத்துக்கு பந்தாவா போய் வரக்கூட முடியாத அளவுக்கு கை, கால், முகம்னு வெளியில தெரியற இடத்துலயெல்லாம் கூட பட்டை பட்டையா... சொறி சொறியா... முளைச்சு உயிரை எடுக்கும். இதையெல்லாம் குணப்படுத்தவும் கைவசம் வைத்தியம் இருக்கு.

அருகம்புல்

அருகம்புல் ஒரு கைப்பிடி, மஞ்சள் கிழங்கு ஒரு இணுக்கு எடுத்து மையா அரைக்கணும். அதை தோல் வியாதி இருக்குற இடத்துல பூசி, அரை மணி நேரம் கழிச்சு குளிக்கணும். வாரத்துல மூணு நாள், நாலு நாள்னு நம்ம வசதிக்கு ஏத்தாப்புல இப்படி குளிச்சுட்டு வந்தா... நல்லா குணமாவது தெரியும்.

மஞ்சள்

குப்பைமேனி இலை (வீட்டு ஓரங்களில் பச்சை மற்றும் மஞ்சள் கலந்த நிற இலைகளுடன் காணப்படும் செடி) ஒரு கைப்பிடி, மஞ்சள் கிழங்கு ஒரு இணுக்கு, கல் உப்பு கொஞ்சம் சேர்த்து அரைச்சு, அரிப்பு கண்ட இடத்துல பூசி, அரை மணி நேரம் கழிச்சு குளியல் போடணும். இதைத் தொடர்ந்து செய்துகிட்டு வந்தா... ஊறல், படை எல்லாம் ஓடிப்போயிரும். குணம் தெரிஞ்சுட்டா... மருந்தை கை விட்டுடலாம். பக்க விளைவுங்கற பேச்சுக்கே இடமில்ல. காலை நேரத்துல உடம்புல பூசி குளிச்சா நல்லது.

குப்பைமேனி

வேப்பிலை

நன்னாரி

வேப்பிலை ஒரு கைப்பிடி எடுத்துக்கோங்க, அதோட மூணு சின்ன வெங்காயம் சேர்த்து அரைச்சி உடம்பு முழுக்க பூசி, அரை மணி நேரம் கழிச்சி வெந்நீர்ல குளிச்சாலும், தோல் சம்பந்தப்பட்ட வியாதிக்கு குணம் கிடைக்கும்.

நன்னாரி வேர் (நாட்டு மருந்து கடையில் கிடைக்கும்) 20 கிராம் எடுத்து, அரை லிட்டர் தண்ணி சேர்த்து நல்லா காய்ச்சணும். 200 மில்லி ஆனதும் இறக்கிறணும். காலையில நூறு மில்லி, சாயங்காலம் நூறு மில்லினு குடிச்சு வந்தா... தோல் நோய், வந்த இடம் தெரியாம ஓடிப் போயிரும்.

# மூல நோயை விரட்ட இளநீர் வெந்தய மந்திரம்!

14

ஆவாரம்பூ (பச்சையாகவோ, காய வைத்ததோ) ஒரு ஸ்பூன், மாங்கொழுந்து 8 எண்ணிக்கை எடுத்துக்கோங்க... ரெண்டையும் ஒரு டம்ளர் தண்ணியில போட்டுக் காய்ச்சி அரை டம்ளராக்கணும். இதை, காலையில வெறும் வயித்துல 10 நாள் தொடர்ந்து குடிச்சிட்டு வரணும். 10 நாள் இடைவெளிவிட்டு, திரும்பவும் 10 நாள் குடிச்சா... மூல வியாதி அத்தனையும் இருக்குற இடம் தெரியாமப் போயிரும்.

**ஆவாரம்பூ**

இளநீர்

வெள்ளை வெங்காயம்

பனைவெல்லம்

இளநீர்ல ஓட்டை போட்டு, ஒரு ஸ்பூன் வெந்தயம் போட்டு மூடி, வீட்டு மொட்டை மாடியில ஒரு ராத்திரி வச்சிரணும். காலையில அந்த இளநீரை குடிச்சிட்டு, வெந்தயத்தையும் சாப்பிடணும். தொடர்ந்து 5 நாள் இதேமாதிரி செய்தா மந்திரத்துக்கு கட்டுப்பட்டது கணக்கா... மூலம் ஓடிப்போயிரும். அப்படியும் சரியாகலைனா... 5 நாள் கழிச்சி திரும்பவும் சாப்பிட்டா கண்டிப்பா சரியாயிரும்.

வெள்ளை வெங்காயம் ஒரு கைப்பிடி எடுத்து, பொடியா நறுக்கி, நெய் விட்டு வதக்கணும். ஓரளவு வதங்கினதும் ஒரு ஸ்பூன் பனங்கல்கண்டு, இல்லனா... பனைவெல்லம் போட்டுக் கிளறணும். விழுதானதும் இறக்கி வச்சு, சூடு ஆறினதும் பாதியைச் சாப்பிடணும். மீதியை மறுநாள் காலையில சாப்பிடணும். தொடர்ந்து 5 தடவை இப்படி செஞ்சி சாப்பிடணும் (ஒரு தடவை செய்ததில் பாதியை முதல் நாளும், மீதியை மறுநாள் காலையும்). அதுக்கு மேல செஞ்சி வச்சா கெட்டுப் போயிரும். இந்த வெள்ளை வெங்காயம் சாப்பிட்டா மூலம், பவுத்திரம், ரத்தப்போக்கு எல்லாமே சரியாயிரும்.

சோத்துக்கத்தாழை மடல் எடுத்து மேல்தோலை நீக்கி நல்லா கழுவணும். அதுல ரெண்டு அங்குல அளவு துண்டு போட்டு, அப்படியே

சோத்துக்கத்தாழை

சாப்பிடணும். தண்ணியில கழுவினாலும் லேசா கசப்பு இருக்கும். அதனால பனைவெல்லத்தையும் சேர்த்துச் சாப்பிடணும். மூலத்தை குணமாக்கற இந்தக் கத்தாழை, கேன்சரைகூட குணமாக்கும். முக்கியமா கர்ப்பப்பை புற்றுநோய்க்கு நல்ல மருந்து இது.

குப்பைமேனி

அடுத்ததா, ஒரு கைகண்ட மருந்து சொல்லப்போறேன். குப்பைமேனி செடியின் மகத்துவத்தை பத்திதான் அது. சிலர் இதை ஒண்ணுக்கும் ஆகாத செடினு சொல்வாங்க. ஆனா, மூலத்துக்கு இது நல்ல மருந்து. குப்பைமேனி இலையை காய வச்சு நல்லா

அருகம்புல்

தூளாக்கி வச்சுக்கிடணும். அதுல கால் ஸ்பூன் அளவு எடுத்து நெய் சேர்த்து ஒரு மண்டலம் சாப்பிட்டா, எல்லா வகை மூலமும் சரியாயிரும்.

அருகம்புல் 20 கிராம் அளவு எடுத்து, மை போல அரைச்சு, காய்ச்சின பசும்பால்ல கலந்து சாப்பிட்டு வந்தா... மூலம் மட்டுமில்லாம ரத்த சோகையும் குணமாகும். அருகம்புல் எடுத்து சுத்தம் செய்து ஜூஸாக்கி சாப்பிட்டாகூட ரத்தம் சுத்தமாகும் புத்துணர்ச்சி உண்டாவும்.

# சேத்துப்புண்ணுக்கு மருதாணி பூச்சு!

15

**சொ**றி, சிரங்கு, அரிப்புனு சில பேர் படாத பாடு படுவாங்க. அப்படிப்பட்டவங்களுக்கு சில வைத்தியங்களைச் சொல்றேன் கேட்டுக்கோங்க.

இதைப் படிச்சு முடிச்சதும், ‘அட, ஏற்கெனவே இதே நோய்ங்களுக்கு வேற வேற வைத்தியம் சொல்லியிருந்தாங்களே’னு நினைக்கத் தோணும். அது ஒரு வகை வைத்தியம்... இது ஒரு வகை வைத்தியம்.

பூவரசம்பூ

கொன்றை

இவையெல்லாம் உடல் நலம் பெறுவதற்கான உன்னத வழிகள் அவ்வளவுதான்.

பூவரசு மரம் பத்தி கேள்விப்பட்டிருப்பீங்க. அந்த மரத்துல புல்லுருவினு ஒரு கொடி வளரும். அந்தக் கொடியோட இலையை ஒரு கைப்பிடி எடுத்துக்கிடுங்க. அதோட சின்னதா ஒரு மஞ்சள் துண்டு சேர்த்து மையா அரைச்சிக்கோங்க. எந்தெந்த இடத்துல ஊறல், சொறி, சிரங்கு இருக்கோ அங்கெல்லாம் அதைப் பூசணும். மூணு மணி நேரம் கழிச்சு குளிச்சிரலாம்.

மஞ்சள்

பூவரசம் பூ, இல்லைனா... பூவரசம் காய் எடுத்துக்கோங்க (ரெண்டையும் சேர்த்தும் அரைக் கலாம்). அதோட மஞ்சள் துண்டு சேர்த்து அரைச்சு, சிரங்கு உள்ள இடமெல்லாம் பூசிடணும். மூணு மணி நேரம் கழிச்சு, பாசிப்பயறு மாவு தேய்ச்சுக் குளிக்கணும்.

மேலே சொன்ன ரெண்டு வைத்தியத்தையும், ஒரு மண்டலத்துக்குக் கடைபிடிச்சா... சொறி, சிரங்கு குணமடையும்.

**பீர்க்கன் கொடி**

கொன்றை மலர் கேள்விப் பட்டிருப்பீங்க. அதுல மைக் கொன்றைனு ஒரு வகை இருக்கு. அதோட இலையை கோலிக்குண்டு அளவு எடுத்து அரைச்சு பால்ல கலந்து ஒரு மண்டலம் சாப்பிட்டு வந்தா... எந்த மாதிரி தோல் நோயும் ஓடிப்போயிரும்.

மழைக் காலங்களில் தண்ணியில அங்க இங்கனு அலையுறதுனால கால் இடுக்குல சேத்துப்புண் வந்து பாடா படுத்தும். இதுக்கு கைகண்ட மருந்து இருக்கு. மருதாணி இலைய பறிச்சு கொஞ்சம் தண்ணி விட்டு மையா அரைச்சு சேத்துப்புண் உள்ள எடத்துல காலையில, சாயங்காலம் ரெண்டு வேளையும் பூசணும். சில மணி நேரம் கழிச்சு கழுவிரணும்.

இதேமாதிரி பீர்க்கன் கொடி இலையை ஒரு கைப்பிடி எடுத்து கசக்கி, ஒரு ஸ்பூன் சாறு எடுத்து, புளியங்கொட்டை அளவு கல் சுண்ணாம்புச் சேர்த்து சேத்துப்புண் உள்ள இடத்துல பூசணும்.

மேல சொன்ன ரெண்டு வைத்தியத்தையும் ரெண்டு மூணு நாள் செஞ்சாலே போதும் குணம் கிடைக்கும்.

**மருதாணி**

# ஆணியை விரட்டியடிக்க அம்மான் பச்சரிசி!

16

**கா**லத்துக்கு ஏத்த மாதிரி, இடத்துக்கு தகுந்த மாதிரி சில நோய் வந்து மனுஷன பாடாப்படுத்திரும். அதுலயும் சில நோய் இருக்குற இடம் தெரியாது. ஆனா... ஆளை உண்டு, இல்லைனு ஆக்கிடும்.

**அம்மான் பச்சரிசி**

இந்த... கால் ஆணி இருக்கே, அது வந்துட்டா உயிர் போற மாதிரி வலி எடுக்கும். சிலர் என்ன வைத்தியம் செய்றதுனு தெரியாம பனைவெல்லத்தை கால் ஆணி உள்ள இடத்துல வச்சு தீக்குச்சியைப் பத்த வைப்பாங்க. இன்னுஞ்சிலர் பிளேட வச்சு ரத்தம் வர்ற அளவுக்கு ரவுண்ட் ரவுண்டா அறுத்து எடுப்பாங்க. எவ்வளவு கொடுமையான வைத்தியம் பாருங்க. கைவசம் எளிமையான வைத்தியமெல்லாம் இருக்கும்போது... எதுக்காக இந்த முரட்டு வைத்தியம்?

அம்மான் பச்சரிசி செடினு ஒண்ணு கேள்விப்பட்டிருப்பீங்க. அந்தச் செடியை உடைச்சு, அதுல வர்ற பாலை எடுத்து, கால் ஆணி இருக்கற இடத்துல தடவி வந்தா... அந்தப் பிரச்னை ரொம்பச் சொகமா மறஞ்சி போயிரும்.

ஒரு செடியை சிறுசு சிறுசா உடைச்சு அதில வர்ற பாலை பயன்படுத்தலாம். ஒரு தடவை தடவினதும் குணம் கெடச்சிராது. தொடர்ந்து ரெண்டு வாரமாவது செஞ்சு பாருங்க. முதல்ல வலி கொறையும், பிறகு போகப் போக ஆணியும் மறைஞ்சிரும்.

மருதாணி இலை கொஞ்சம், மஞ்சத் துண்டு கொஞ்சம் ரெண்டையும் எடுத்து மையா அரைக்கணும். ஒரு நெல்லிக்காய் அளவு எடுத்து, ராத்திரி தூங்கப்போறதுக்கு முன்னாடி கால் ஆணி உள்ள இடத்துல வச்சு கட்டிடணும். தொடர்ந்து 10 நாள் செஞ்சு பாருங்க. துண்டக் காணோம்... துணியைக் காணோம்னு பாய்ஞ்சி ஓடிப்போயிரும் ஆணி.

கொடிவேலி

சித்திரமூலம் (இதை கொடிவேலி என்றும் சொல்வார்கள். நாட்டு மருந்து கடைகளில் கிடைக்கும்) வேர்ப்பட்டையை ஒரு புளியங்கொட்டை அளவு எடுத்து அரைச்சு தூங்கப் போறதுக்கு முன்னாடி கால் ஆணி மேல பூசி வந்தா... மூணுநாள்ல குணம் கிடைக்கும். இந்த வைத்தியம் செய்யும்போது சிலருக்கு அந்த இடத்துல புண் உண்டாகும். அப்படி வந்தா... ஒரு ஸ்பூன் விளக்கெண்ணெயில ஒரு சிட்டிகை மஞ்சள்தூள் சேர்த்து குழைச்சு, புண் வந்த இடத்துல பூசுனா புண் ஆறிடும். கால் ஆணியும் காணாமப்போயிரும்.

## பித்தவெடிப்பு சரியாக...

பித்தவெடிப்பு வந்தா... கால் அசிங்கமா தெரியும். வலியும் ஒரு வழி பண்ணிரும். இதுக்கும் வைத்தியம் இருக்கு பயப்படாதீங்க. நன்னாரி வேர் 10 கிராம் எடுத்துக்கோங்க, அதோட ஒரு டம்ளர் தண்ணி சேர்த்து கொதிக்க வச்சு, அரை டம்ளரா குறுகினதும் வடிகட்டி வச்சிக்கோங்க. அதுல பனங்கல்கண்டு சேர்த்து குடிச்சிட்டு வந்தா... பித்தவெடிப்பு தன்னால மறைஞ்சிரும். ஒரு தடவை பயன்படுத்தின நன்னாரி வேரை 3, 4 தடவைகூட பயன்படுத்தலாம்.

பித்தவெடிப்பு உள்ள இடத்துல மருதாணி இலையை அரைச்சு பத்து போட்டாலும் குணம் கிடைக்கும். வெள்ளைக் கரிசலாங்கண்ணி இலையைப் பொடி செஞ்சு, ஒரு சிட்டிகை தேன் சேர்த்து, ஒரு மண்டலம் சாப்பிட்டு வந்தாலும் பித்தவெடிப்பு சரியாகும்.

## நகச்சுத்து விலக...

நகச்சுத்து உள்ள இடத்துல மருதாணி இலையை அரைச்சு பத்து போட்டு வந்தா குணம் கிடைக்கும்.

வேப்பிலை கொஞ்சம் எடுத்துக்கோங்க, அதோடு மஞ்சள்துண்டு சேர்த்து அரைச்சு நகச்சுத்து வந்த இடத்துல பூசினா... குணம் கிடைக்கும். இதேபோல தொடர்ந்து ஒரு வாரம் செஞ்சுட்டு வந்தா உரிய பலன் கிடைக்கும்.

# கொம்பு மஞ்சள் புகை...
# தும்மலுக்கு பகை!

17

**பொ**துவா மழை நேரத்துல சளி பிடிச்சிக்கிட்டா... தும்மல், இருமல், தலைபாரம்னு மண்டையை உண்டு இல்லைனு ஆக்கிரும். கவலையை விடுங்க. என்ன வந்தா என்ன..? கைவசம் மருந்து இருக்கு... பயப்படாதீங்க!

**தூதுவளை**

## சளி, இருமலை விரட்ட...

தூதுவளை இலை பத்தி கேள்விப்பட்டிருப்பீங்க. நிறைய வீடுகள்ல வளக்குறாங்க. வேலி ஓரங்கள்லயும் தானா வளரும். அதுல 10 இலைய பறிச்சிட்டு வந்து அதோட அரை ஸ்பூன் நல்லெண்ணெய்... இல்லைனா, வெண்ணெயை விட்டு வதக்கி வெறும் வயித்துல வெறுமனே காலை நேரத்துல சாப்பிடணும். தொடர்ந்து மூணு நாள் சாப்பிட்டாலே சளியும் இருமலும் ஓடிப்போயிரும்.

கல்யாண முருங்கை

கரிசலாங்கண்ணி

கல்யாண முருங்கை இலை தெரியுமா? பெண்கள்ல பல பேருக்கு இது பழக்கமானது. கல்யாண முருங்கை இலையைப் பறிச்சிட்டு வந்து வதக்கி சாறு எடுக்கணும். அரை ஸ்பூன் அளவு சாறு எடுத்து அதோட அரை ஸ்பூன் தேன் சேர்த்து சாப்பிடணும். நெஞ்சுச் சளி அப்படியே கரைஞ்சி போயிரும்.

கரிசலாங்கண்ணி கீரையை நிழல்ல நல்லா உலர்த்தி, பொடியா ஆக்கணும். அதுல ஒரு சிட்டிகை எடுத்து அரை ஸ்பூன் தேன் சேர்த்து காலையில வெறும் வயித்துல ஒரு மண்டலம் சாப்பிட்டு பாருங்க... சளிப் பிரச்னை துளிகூட இல்லாம போயிரும்.

## தும்மல் விலக...

கொம்பு மஞ்சளை தீயில சுடணும். புகை வந்ததும் அதை மூக்கு வழியா சுவாசிச்சா... தும்மல், தலைபாரம் விலகும். நாலஞ்சு தடவை இப்படி செஞ்சுப் பாத்தாலே குணம் தெரியும்.

மிளகை ஊசி முனையில குத்தி தீயில சுட்டா, புகை வரும். அதை மூக்கால சுவாசிச்சாலும் தலைபாரம், தும்மல் சரியாகும்.

கருஞ்செம்பை

சுக்கு

## தலைவலி, தலைபாரம் குணமாக...

சுக்கு தலைவலிக்கு கைகண்ட மருந்து. தாய்ப்பால்ல சுக்கை நல்லா இழைக்கணும். அதை நெத்தியில பத்து போட்டா தலைவலியும் தலைபாரமும் ஓடிப்போயிரும். தாய்ப்பால் கிடைக்கலைனா, பச்சைத் தண்ணியிலயும் இழைக்கலாம்.

கருஞ்செம்பை பூவுல ஒரு ஸ்பூன் எடுத்துக்கோங்க. அதோட சின்னதா ஒரு துண்டு கஸ்தூரிமஞ்சள், கால் ஸ்பூன் சாம்பிராணி சேர்த்து 100 மில்லி நல்லெண்ணெயில போட்டு காய்ச்சுங்க. அதை பொறுக்குற சூட்டுல தலையில தேய்ச்சி அரை மணி நேரம் கழிச்சி குளிங்க. தலைவலி, தலைபாரம் அதோட சேர்ந்த பிரச்னை எல்லாம் ஓடிப்போயிரும்.

# வெள்ளைப்படுதலை விரட்டியடிக்கும் மணத்தக்காளி!

18

**மா**தவிடாய்ல ஏதும் கோளாறுனா... பாவம், பொண்ணுங்க மனசொடிஞ்சு போயிருவாக. அந்த நேரத்துல அவங்களுக்கு ஆறுதலா நாலு வார்த்தையும்... நல்ல கவனிப்பும் இருக்கணும். கூடவே, நாஞ்சொல்ற மருந்துங்களையும் பக்குவமா தயார் பண்ணிச் சாப்பிட்டா... எல்லாப் பிரச்னையும் பஞ்சா பறந்துடும்.

ஆனைநெருஞ்சில்

மணத்தக்காளி

## வெள்ளைப்படுதல் சரியாக...

ஆனைநெருஞ்சில் பத்தி கேள்விப்பட்டிருப்பீங்க. அதோட இலை மூணு (எண்ணிக்கை) பறிச்சிட்டு வந்து, ஒரு டம்ளர் நீராகாரத்தில போட்டு, நல்லா கலக்கணும். கொஞ்ச நேரத்துல கொழகொழப்பா வரும். அதை அப்பிடியே கண்ணை மூடிக்கிட்டு காலையில வெறும் வயித்துல தொடர்ந்து மூணு நாள் குடிச்சீங்கனா... வெள்ளைப்படுதல் வராது.

வேரோடு சேர்த்து, முழுசா ஒரு மணத்தக்காளி செடியை தண்ணி விட்டு அலசி, ஒரு லிட்டர் தண்ணியில போட்டு காய்ச்சி, அரை லிட்டராக்கணும். அதை வெள்ளைப்படுதல் படுற இடத்துல ஊத்திக் கழுவினா... நல்ல குணம் கிடைக்கும்.

## தாமதமான மாதவிடாய்...

சில பொண்ணுங்களுக்கு மாதவிடாய் ஒழுங்கா வராம ஒரு வழி பண்ணிரும். அப்படிப்பட்டவங்க பெருந்துத்தி இலை 5 எடுத்து, அதோடு மிளகு 5 சேர்த்து காலையில வெறும் வயித்துல மென்னு தின்னணும். மூணு முதல் அஞ்சு நாள் சாப்பிட்டு பாருங்க... ஒழுங்கா மாதவிடாய் வரும்.

கருஞ்சீரகம்

மாவிலிங்கப்பட்டையும் நல்ல மருந்துதான். அதை மையா அரைச்சி நெல்லிக்காய் அளவு எடுத்து காலையில வெறும் வயித்துல சாப்பிட்டீங்கனா தாமதமான மாதவிடாய் தடையில்லாம வரும்.

சதக்குப்பை 50 கிராம் எடுத்து, பொன் வறுவலா வறுத்து பொடியாக்கி, 3 பாகமாக்கி வச்சிக்கிடணும். ஒரு பாகத்தை ரெண்டா பிரிச்சி, காலையிலயும், சாயங்காலமும் சாப்பிடணும். கூடவே, பனைவெல்லம் கொஞ்சம் சேர்த்துக்கணும். இப்பிடி மூணுநாள் சாப்பிட்டாலே வராத மாதவிடாய் வந்துடும்.

கருஞ்சீரகம் 25 கிராம் எடுத்து பொன் வறுவலா வறுத்து பொடியாக்கி, பனைவெல்லம் சேர்த்து காலையும், சாயங்காலமும் சாப்பிட்டா... மாதவிடாய்க் கோளாறு சரியாகும்.

**மாதக்கணக்கில் மாதவிடாய் வராமலிருப்பவர்களுக்கு...**

வல்லாரை இலை சூரணம் கால் ஸ்பூன் எடுத்து, நெய் விட்டு குழைச்சி சாப்பிட்டு வந்தா... மாதக்கணக்கில் வராத மாதவிடாய் ஒழுங்கா வரும்.

கல்யாணமுருங்கை மாதவிடாய்க் கோளாறுக்கு கைகண்ட மருந்து. கல்யாணமுருங்கை இலைச்சாறு 10 மில்லி எடுத்து, காலையில வெறும் வயித்துல குடிச்சிட்டு வந்தா, மாசக்கணக்குல வராத மாதவிடாய் வரும்.

# பெரும்பாடு பிரச்னைக்குத் தீர்வு காணும் தும்பை இலை!

19

**மா**தவிடாய்க் கோளாறுகளுக்கு மருந்து சொன்னேன். இங்கே 'பெரும்பாடு'ங்கிற நோய்க்கு மருந்து சொல்றேன். அதாவது மாதவிடாய் நேரத்துல அதிக ரத்தப்போக்கோட வயித்துவலி சேர்ந்து வர்றதை பெரும்பாடுன்னு சொல்வாங்க. இந்த நோயால அவதிப்படுறவுக நான் சொல்ற வைத்தியத்தைக் கவனமா செய்யுங்க... கைமேல பலன் கிடைக்கும்.

இலந்தை இலை

## வயிற்றுவலி, அதிக ரத்தப்போக்கு போன்ற பெரும்பாடு நோய் குணமாக...

நாவல் மரப்பட்டை 50 கிராம் எடுத்து, அதுல தண்ணி விட்டு இடிச்சி, 100 மில்லி வர்ற அளவுக்கு தண்ணி சேர்த்து காலையில மூணு நாள் வெறும் வயித்துல குடிச்சா... பெரும்பாடு தீரும்.

ஒரு முழு வாழைப் பூவை எடுத்து இடிச்சி சாறு பிழிஞ்சி, அதோட ஒரு ஸ்பூன் மோர் விட்டு கலக்கி, காலையில வெறும் வயித்துல மூணு நாள் குடிச்சா... மாதவிடாய் நேரத்துல வர்ற வயித்துவலியும், ரத்தப்போக்கும் சரியாயிரும்.

கடுக்காய் பத்தி எல்லோருக்கும் தெரிஞ்சிருக்கும். அதோட தோலை மட்டும் 25 கிராம் அளவு எடுத்து, ஒண்ணு, ரெண்டா தட்டிப்போட்டு, 100 மில்லி தண்ணி விட்டு கொதிக்க வைக்கணும். அது 25 மில்லியா குறுகினதும் வழக்கம்போல மூணு நாள் குடிங்க. பெரும்பாடு பிரச்னை சரியாகும்.

கடுக்காய்

அருகம்புல் 10 கிராம், மாதுளை இலை 10 கிராம் எடுத்து. 100 மில்லி தண்ணியில போட்டு கொதிக்க வச்சி, 50 மில்லியாக்கி காலையில பாதி, சாயங்காலம் பாதி குடிக்கணும். இதேபோல 5 நாள் குடிச்சா மாதவிடாய் நேரத்துல வர்ற வயித்துவலி, அதிக ரத்தப்போக்கு சரியாயிடும்.

தும்பை

நெல்லி வற்றல்

தும்பை இலை ஒரு புளியங் கொட்டை அளவு எடுத்து அரைச்சி, பாலோட கலந்து சாப்பிடணும். இப்படி மூணு நாள் சாப்பிட்டா பெரும்பாடு பிரச்னை சரியாயிரும்.

இலந்தை இலை, மாதுளை இலை ரெண்டும் ஒவ்வொரு கைப்பிடி எடுத்து 200 மில்லி தண்ணியில போட்டு காய்ச்சி, 100 மில்லியாக்கி காலைல குடிக்கணும். இப்படி மூணு நாளைக்கு செஞ்சாலே பெரும்பாடு பிரச்னை சரியாகும்.

நெல்லி வற்றல், படிகாரம், கல்கண்டு தலா 50 கிராம் எடுத்து பொடி பண்ணி வச்சிக்கிடணும். அதில கால் ஸ்பூன் எடுத்து, அரை டம்ளர் மோர் சேர்த்து காலை, மாலை 10 நாள் சாப்பிட்டாலே பெரும்பாடு சரியாகும்.

# தொட்டாச்சிணுங்கி பட்டா பரு பறக்கும்!

20

**மா**தவிடாய்க் கோளாறு தொடர்பான வியாதிகளுக்கு மருந்து சொன்னேன். நான் சொன்னபடி செஞ்சு பாத்திங்கன்னா சரியான பலன் கிடைக்கும். இப்போ இங்கே பொண்ணுங்களோட முகத்துல வர்ற சில பிரச்னைகளுக்கு மருந்து சொல்றேன், கவனமா கேட்டுச் செய்யுங்க. முக அழகு முக்கியமாச்சே!

**திருநீற்றுப்பச்சிலை**

## முகப்பரு விலக...

திருநீற்றுப்பச்சிலைனு ஒண்ணு கேள்விப்பட்டிருப்பீங்க. அதைப் பறிச்சிட்டு வந்து கசக்கினா, சாறு வரும். அதை முகத்தில தடவி ஒரு மணி நேரம் கழிச்சி குளிக்கணும். ஒரு நாள் விட்டு ஒரு நாள் செஞ்சிப் பாருங்க, பருவெல்லாம் உதிர்ந்து முகம் சும்மா பளபளனு இருக்கும்.

தொட்டாச்சிணுங்கி இலையைத் தொட்டுத் தொட்டுப் பார்த்து விளையாடியிருப்பீங்க. அதுவும்கூட அருமையான மூலிகைங்கறது தெரியுமா..! அந்த இலைகளைப் பறிச்சிட்டு வந்து நல்லா மையா அரைச்சு முகத்துல பத்து (பற்று) போட்டுட்டு ஒரு மணி நேரம் கழிச்சி குளிச்சீங்கனா... பருவெல்லாம் உதிர்ந்திரும்.

## வெண்தேமல் மறைய...

இதை அழுக்குத் தேமல்னும் சொல்வாங்க. இதுக்கு உத்தாமணி இலைச் சாறு நல்ல மருந்து. தேமல் உள்ள இடத்துல உத்தாமணி இலைச் சாறை பூசிட்டு ஒரு மணி நேரம் கழிச்சி குளிக்கணும். தொடர்ந்து செய்தீங்கனா பலன் கிடைக்கும். இதேமாதிரியே நாகமல்லி இலையை அரைச்சிப் பூசி குளிச்சுட்டு வந்தீங்கனாலும் தேமல் மறையும்.

## தோல் வறட்சி நீங்க...

சோத்துக்கத்தாழை எல்லாருக்கும் தெரியும். ஆனா, அதை பயன்படுத்துறவங்க ரொம்பக் குறைவு. சின்னத் துண்டா நறுக்கி, மேல் தோலை சீவி, உள்ளுக்குள்ள இருக்குற வெள்ளை நிற 'ஜெல்'லை முகத்தில தடவிட்டு ஒரு மணி நேரம் கழிச்சி குளிச்சுப் பாருங்க... அதோட அருமை தெரியும். தொடர்ந்து செய்திட்டு வந்தா, தோல் வறட்சி போய் முகம் பளபளனு ஜொலிக்கும். சோத்துக்கத்தாழையை உள்ளுக்குள்ளயும் சாப்பிடலாம். தோல் வறட்சி வந்த இடம் தெரியாமப் போயிரும்.

## முகத்தில் கரும்புள்ளி மறைய...

பப்பாளிக்காயைக் கிள்ளினா பால் வரும். அதை, கரும்புள்ளி உள்ள இடத்துல தடவிட்டு குளிச்சிப் பாருங்க. சில நாள்லயே பலன் கிடைக்கும்.

பப்பாளிக்காய்

தொட்டாச்சிணுங்கி

## மரு விலக...

சிலருக்கு முகத்துல சொரசொரப்பா மரு வரும். இதனால மனசுக்கும் கஷ்டமா இருக்கும். இதுக்கு இருக்கவே இருக்கு அம்மான் பச்சரிசி. அந்த இலையை உடைச்சா பால் வரும். அதை மரு மேலயும், அதைச் சுத்தியும் தடவிட்டு வந்தீங்கன்னா தோல் உறிஞ்சி கொஞ்சம் கொஞ்சமா மரு மறைஞ்சி போயிரும். அந்த இலையை அரைச்சும் பூசலாம்.

அம்மான் பச்சரிசி

## முகத்தில் வளரும் முடி வளராமலிருக்க...

மஞ்சளை மையா அரைச்சி முகத்துல பூசணும். ராத்திரி தூங்கும்போதே முகத்துல பூசிரணும். காலையில முகத்தைக் கழுவிரணும். ஒரு நாள் ரெண்டு நாள் இப்படி செஞ்சதுமே முடி வளர்றது நின்னு போயிடாது. ஒரு மாசம், ரெண்டு மாசம் செஞ்சீங்கனா... நிச்சயமா பலன் கிடைக்கும்.

# தேன் இளைக்கும்... நெய் பெருக்கும்!

21

**அ**நியாயத்துக்கு இளைச்சுப்போன உடம்பை பெருக்கச் செய்றது எப்படி? அதேமாதிரி, அநியாயத்துக்கு பெருத்துப்போன உடம்பை இளைக்கச் செய்றது எப்படி? என்று தெரியாம பலபேரு திண்டாடிக்கிட்டு நிப்பாங்க. என்னென்னவோ வைத்தியமெல்லாம் பண்ணிப் பார்த்து, காசையெல்லாம் கரைச்சிட்டு நிக்கறவங்க பட்டியல் பெரிசா இருக்கும். நீங்க அந்தப் பட்டியல்ல சேராம இருக்கணும்னா... இப்போ சொல்ற வைத்தியத்தை கேட்டுக்கோங்க.

கரிசலாங்கண்ணி

அமுக்கிராங்கிழங்கு

## உடல் இளைக்க... உடல் பருக்க...

அமுக்கிராங்கிழங்கு கால் கிலோ எடுத்துக்கோங்க... அதை நல்லா காய வச்சி பொடியாக்குங்க. பிறகு, ஒரு பாத்திரத்தில பால் ஊத்தி தேவையான அளவு தண்ணி ஊத்தி அதுக்கு மேல வேடு கட்டி (பாத்திரத்தின் வாய் பகுதியில் துணியைக் கட்டி வைப்பது) அதுக்கு மேல அமுக்கிராங்கிழங்கு பொடியை வச்சு அவிக்கணும். நல்லா ஆவி வந்ததும் இறக்கி வச்சு சூடு ஆறினதும் திரும்பவும் பொடியாக்கி வச்சிக்கிடணும். அதுல கால் ஸ்பூன் எடுத்து கொஞ்சம் தேன் சேர்த்து காலையிலும், சாயங்காலமும் வெறும் வயித்துல சாப்பிடணும். இதை ஒரு மண்டலமோ, ரெண்டு மண்டலமோ சாப்பிடுங்க. பருத்த தேகம் நாளடைவுல மெலிஞ்சுடும்.

மருதாணி

இதே சூரணத்தை கால் ஸ்பூன் அளவு எடுத்து நெய் சேர்த்து காலையிலும், சாயங்காலமும் சாப்பிட்டு வந்தா... எலும்பும் தோலுமா உள்ளவங்களோட உடல் பருக்கும்.

சதாவரிக் கிழங்கு சூரணத்தை கால் ஸ்பூன் எடுத்து அதோட கொஞ்சம் நெய் சேர்த்து சாப்பிட்டாலும் உடல் பருக்கும்.

### முடி உதிர்தல், இளநரை சரியாக...

அடுத்ததா முடி உதிர்தல், இளநரைனு பொண்ணுங்க ரொம்பவே கஷ்டப்படுவாங்க. அதுக்கு சில வைத்தியம் சொல்றேன், கேளுங்க.

கரிசலாங்கண்ணி இலையை (200 கிராம்) மையா அரைச்சி, அதோட அரை லிட்டர் தேங்காய் எண்ணெய் சேர்த்து காய்ச்சி பதத்துக்கு வந்ததும் இறக்கி வச்சிரணும். வழக்கமா தலைக்கு எண்ணெய் தேய்க்கிற மாதிரி அதை தேய்ச்சிட்டு வந்தா... முடி உதிர்றது, இளநரை எல்லாம் சரியாகும்.

கரிசலாங்கண்ணி சூரணத்தை கால் ஸ்பூன் எடுத்து, தேன் சேர்த்து சாப்பிட்டாலும் நரை விழுற பிரச்னை சரியாகும்.

அவுரி (நீலி), கரிசலாங்கண்ணி (பிருங்காதி) இது ரெண்டையும் சம அளவு எடுத்துக்கிட்டு, இதுகளைவிட 3 மடங்கு அதிகமா தேங்காய் எண்ணெய் சேர்த்து பதமா காய்ச்சணும். இதை தினமும் தலைக்கு தேய்ச்சுட்டு வந்தா... நரை விழுறது சரியாகும்.

மருதாணி இலை 300 கிராம், நல்லெண்ணெய் ஒண்ணரை லிட்டர், பசும்பால் 700 மில்லி சேர்த்து பதமா காய்ச்சி, தலைக்கி தேய்ச்சிட்டு வந்தா... கூந்தல் நல்லா வளரும், அதோட நரை விழுறதையும் தடுக்கும்.

# வறட்டு இருமலை விரட்டி அடிக்கும் மஞ்சள்தூள்!

22

**கு**ழந்தைகளுக்கு உடம்பு சரியில்லனா... தாய்மார் துடிதுடிச்சுப் போயிருவாங்க. அப்படிப்பட்டவங்கள்லாம், இந்தப் பாட்டி சொல்ற வைத்தியத்தைக் கேட்டு நடந்தா... பதறித் துடிக்கறதுக்கு அவசியமே இருக்காது... சந்தோஷத் துள்ளல் மட்டும்தான் இருக்கும்.

ஆடாதொடை

தூதுவளை

## சளிக் கோளாறுகள் குணமாக...

ஆடாதொடை இலைச்சாறு மூணு சொட்டு எடுத்து, கொஞ்சம் தேன் கலந்து கொடுத்துட்டு வந்தீங்கனா... குழந்தைங்களுக்கு வர்ற சளிப் பிரச்னை இருந்த இடம் தெரியாமப் போயிரும்.

## நெஞ்சுச் சளி விலக...

தூதுவளை (3 எண்ணிக்கை) இலையை, நெய் இல்லைனா... வெண்ணெய்ல வதக்கி சாறு எடுத்து குழந்தைகளுக்கு உள்ளுக்கு கொடுத்து வந்தீங்கனா, நெஞ்சுச் சளி பட்டுனு விலகும்.

கல்யாணமுருங்கை இலையைச் சாறு எடுங்க. அதுல ஐந்தாறு துளியை எடுத்து, தேன் கலந்து உள்ளுக்கு கொடுத்து வந்தாலும் நெஞ்சுச் சளி குணமாகும்.

மூக்கடைப்பு, தலைபாரம், சளிக் கோளாறு வந்தா... குழந்தைங்க படுறபாடு சொல்லி மாளாது. அப்படிப்பட்ட நேரத்துல தலையணைக்குள்ள நொச்சி இலையைப் பரப்பி வச்சு தூங்க வச்சா போதும்... குழந்தைங்க நிம்மதியா தூங்குவாங்க. தலைபாரம் இறங்கறதோட... சளிப் பிரச்னையும் விலகி ஓடிடும்.

**கருஞ்செம்பைப்பூ**

## வறட்டு இருமல் குணமாக...

ஒரு சிட்டிகை மஞ்சள்தூளை பால்ல கலந்து குடிக்கறதுக்கு கொடுத்து வந்தா... வறட்டு இருமல் குணமாகும். இந்த வைத்தியத்தை குழந்தைகளுக்கும் செய்யலாம்.

ஒரு சிட்டிகை வல்லாரை சூரணத்தைத் தேன்ல கலந்து கொடுத்து வந்தா... சளி, இருமல் குணமாகும்.

தூதுவளை கொடியை சிறுசு சிறுசா நறுக்கி, காய வச்சு பொடி செய்துக்கணும். அதுல ஒரு பட்டாணி அளவு எடுத்து, தேன் கலந்து உள்ளுக்கு கொடுத்து வந்தா... இருமல் மட்டுமில்ல, சளிக்கோளாறு எல்லாமே சரியாகிரும்.

கருஞ்செம்பைப்பூ 100 எண்ணிக்கை எடுத்து, தேங்காய் எண்ணெய்ல போட்டு காய்ச்சி தலைக்கு தேய்ச்சி வந்தா... சளி, இருமல், தலைவலி, ஒற்றை தலைவலி எல்லாமே குணமாயிரும்.

## ரத்தபேதி, சீதபேதி குணமாக...

மாசிக்காயை பொன்வறுவலா வறுத்து இடிச்சி தூளாக்கி வச்சிக்கிரணும். அதுல ஒரு சிட்டிகை எடுத்து, தேன்ல கலந்து உள்ளுக்கு கொடுத்து வந்தா... ரத்தபேதி, சீதபேதி எல்லாம் பட்டுனு

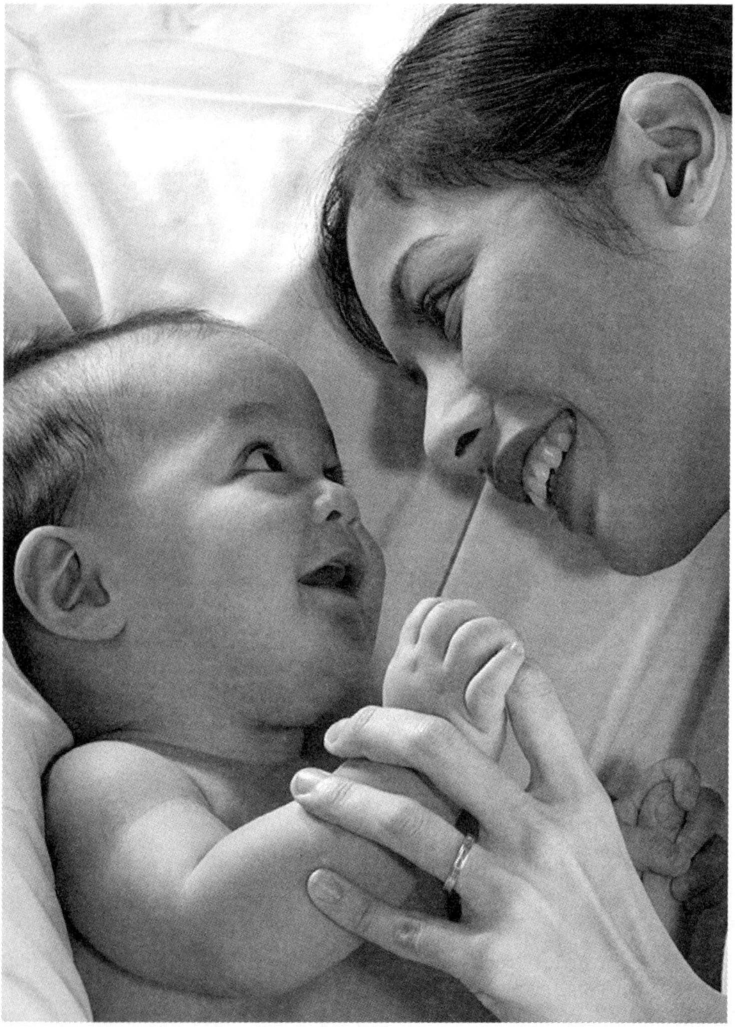

நிக்கும். சுக்கு, மிளகு, திப்பிலி, ஓமம் இதையெல்லாம் சம அளவு எடுத்து பொன்வறுவலா வறுத்து, சூரணம் பண்ணி, அதோட சரிசமமா நாட்டுச் சர்க்கரை சேர்த்து வச்சிக்கிரணும். அதுல ஒரு ஸ்பூன் அளவு எடுத்து காலையில, சாயங்காலம்னு கொடுத்து வந்தா... வயித்துப்போக்குப் பிரச்னைத் தீர்ந்துடும்.

# இஞ்சிக்கு மிஞ்சினது எதுவுமே இல்ல!

23

‘**நொ**றுங்க தின்னா... நூறு வயசு’னு பேச்சு வழக்கத்துல சொல்லுவாங்க ஊரு காட்டுல. ஆனா, நுனிப்புல் மேயுறது கணக்கா கண்டதையும் அரைச்சிட்டு, வேலை அவசரத்துல ஓடறவங்கதான் இப்பல்லாம் ஜாஸ்தி. அதனால... ஜீரணக்கோளாறு, வயித்து உப்புசம்னு அன்னாடம் ஏதாச்சும் ஒண்ணு புறப்பட்டு நின்னு ஆளை ஆட்டிப் படைக்குது. அதையெல்லாம் விரட்டியடிக்கற வழிமுறைகளைப் பார்ப்போம்.

ஓமம்

## ஆறு மாசத்துல இருந்து மூணு வயசு வரை உள்ள கொழந்தைங்களுக்கான வைத்தியம்...

கால் ஸ்பூன் ஓமம் எடுத்துக்கோங்க. அதை ஒரு சட்டியில போட்டு வெடிக்கிற வரைக்கும் நல்லா வறுங்க. பிறகு, கால் டம்ளர் தண்ணி விட்டு நல்லா கொதிக்க வைங்க. தண்ணி நல்லா சுண்டி ஒரு பாலாடை (சங்கு என்றும் கூறுவார்கள்) அளவு வந்ததும் இறக்கி வச்சுருங்க. அதை கொழந்தைங்களுக்கு கொடுத்தீங்கனா... வயித்து உப்புசம், பசியில்லாம வயிறு மொத்து மொத்துனு இருக்கறது, எப்பப் பாத்தாலும் அழுதுகிட்டே இருக்கறது மாதிரியான எல்லா பிரச்னைகளும் சரியாயிரும். சில பிள்ளைங்க தண்ணி தண்ணியா வெளிக்கு போகும். அதுவும்கூட இந்த வைத்தியத்துக்கு கட்டுப்படும்.

பேய்மிரட்டி

பேய்மிரட்டி இலை - 4, சீரகம் - கால் ஸ்பூன்... இது ரெண்டையும் ராத்திரியே ஒரு சட்டியில போட்டு, அரை டம்ளர் தண்ணி விட்டு கொதிக்க வைங்க. மறுநாள் காலையில எடுத்து பிழிஞ்சி, ஒரு பாலாடை அளவு கொழந்தைங்களுக்கு கொடுத்தா... வயிறு சம்பந்தமான பிரச்னையெல்லாம் பட்டுனு காணாம போகும்.

## பெரியவங்களுக்கான வைத்தியம்...

இஞ்சித் துவையல். இது எல்லாருக்கும் தெரிஞ்சதுதான். ஆனா, அதோட மகத்துவம் இருக்கே... அதுதான் பலபேருக்கு தெரியாது. வயிறு சம்பந்தமான பிரச்னைனா... அதுக்கு மிஞ்சின வைத்தியம் எதுவும் இல்லைனே சொல்லலாம். இஞ்சியோட தோலை சுத்தமா எடுத்துட்டு, நல்லெண்ணெய் விட்டு வதக்கி புளி, உப்பு, காய்ந்த மிளகாய், வறுத்த உளுந்தம்பருப்பு சேர்த்து அரைச்சி சாப்பிடுங்க, செரிமானக்கோளாறெல்லாம் காத்தா பறந்துரும்.

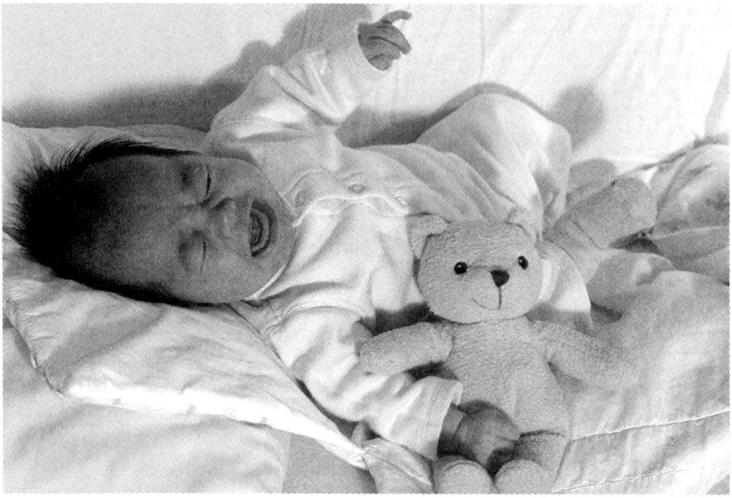

பிரண்டைத்தண்டு. நல்ல இளந்தண்டா 10 கணு எடுத்துக் கோங்க. அதை நல்லெண்ணெய் விட்டு வதக்கி... புளி, உப்பு, காஞ்ச மிளகாய், வறுத்த உளுந்தம்பருப்பு சேர்த்து அரைச்சி சாப்பிட்டீங்கனாலும் கோளாறு போயே போயிரும். அதுமட்டுமில்ல... சாப்பாடும் கூட கொஞ்சம் இழுக்கும்.

பிரண்டை

வயித்து உப்புசம், திடீர் வயித்துவலினு சிலர் படாதபாடு படுவாங்க. உடனே ஒரு கைப்பிடி முருங்கை இலையை உருவுங்க, காம்பெல்லாம் தள்ளிட்டு... கால் ஸ்பூன் உப்பு சேர்த்து நல்லா கசக்குங்க. அதுல வர்ற சாறை அப்பிடியே குடிச்சிருங்க. கசக்குறப்ப கைவிரல் நடுவுல வடிஞ்சிருக்கற சாறை வயித்துல தடவுங்க, வயித்துவலி வந்த வழியைப் பாத்து ஓடியே போயிரும் ஓடி!

# ரத்தசோகையைக் குணமாக்கும் கீழாநெல்லி!

24

**நோ**ய்ங்கறது... யாருக்கு வேணும்னாலும் வரலாம். ஆனா, ‘நமக்குப் போய் இப்படி வருதே’னு கஷ்டப்பட்டுக்கிட்டு நிக்கிறதுல எந்தப் பிரயோஜனமும் இல்ல. அதுலயும் இந்த வயசுப் புள்ளைக இருக்குதே... நோய் வந்தா பெரும்பாலும் வெளியில சொல்ல வெக்கப்பட்டுக்கிட்டு, மருந்து எடுத்துக்கிடாம அப்பிடியே விட்டுருவாங்க. காலப்போக்குல அது பெரிய பிரச்னைகளைக் கொண்டு வந்து சேர்த்துடும்.

மாசிக்காய்

உங்க நோய் நொடியைப் பத்தி யாருகிட்டயும் நீங்க கலக்க வேணாம். இந்தப் பாட்டி சொல்ற வைத்தியத்தை சத்தமில்லாம செஞ்சு பாருங்க, நோய் பூரணமா குணமாயிரும்.

## இளம் வயது வெள்ளைப்படுதல் குணமாக...

சின்ன வயசுலயே சில பிள்ளைகளுக்கு வெள்ளைப் படுதல் அதிகமாகி பாடா படுத்தும். படிகாரம்னு ஒண்ணு இருக்குதுல்ல... அதை வாங்கி, மண்சட்டியில போட்டு நல்லா பொரிக்கணும். மாசிக்காயைத் தூளாக்கி, படிகாரம் எவ்வளவு இருக்கோ... அதே அளவுக்கு எடுத்துக்கிட்டு ரெண்டையும் கலந்துக்கிடணும். அதுல கால் ஸ்பூன் அளவு எடுத்து, வெண்ணெய் விட்டு கொழச்சி, காலைல ஒரு தடவை, சாயங்காலம் ஒரு தடவைனு சாப்பிடணும். 10 நாள்லயே குணம் கிடைக்கும். ஆனாலும், ஒரு மண்டலம் வரைக்கும் சாப்பிட்டு முடிக்கறது நல்லது.

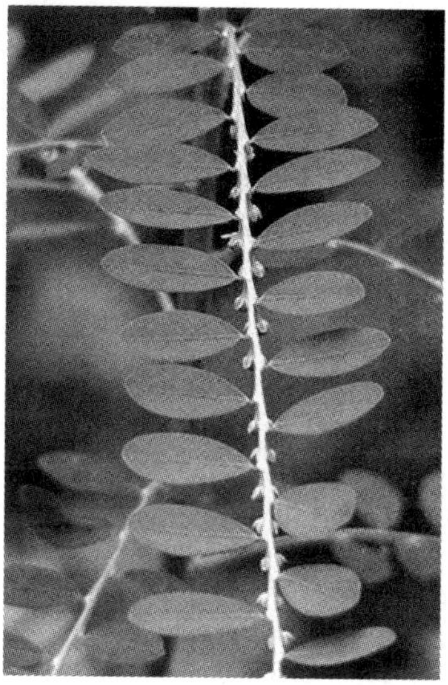

கீழாநெல்லி

## ரத்தசோகை சரியாக...

வயசுப் புள்ளைங்க ஒழுங்கா சாப்பிடாம, 'விதி'யேனு கெடக்குறது தான் இப்பல்லாம் ஃபேஷனுனு பேசிக்கறாங்க. ஆனா, இதுவே காலப்போக்குல ரத்தசோகை வர்றதுக்குக் காரணமாயிடும். அப்படிப்பட்டவங்களுக்கு கீழாநெல்லிச் சமூலத்தை (வேர் முதல் பூ வரையிலான முழுச் செடி) அரைச்சி, ஒரு கொட்டைப்பாக்கு அளவு எடுத்து பால்ல கலந்து குடிச்சிட்டு வந்தா 10 நாள்ல ரத்தசோகை குணமாகும். தேவைனா தொடர்ந்து சாப்பிடலாம்.

## மார்பு பகுதியில் வரும் புண் ஆற...

மார்புல சில பொண்ணுங்களுக்கு புண் வந்து பாடாபடுத்தும். அதுக்கும் கைவசம் மருந்து இருக்கு. காசுக்கட்டி 5 கிராம் அளவு எடுத்து, சுத்தமான தண்ணியில கரைச்சி, புண் வந்த இடத்துல தடவிட்டு வந்தா ரெண்டு, மூணு நாள்ல ஆறிரும். நல்லா குணமாகுற வரைக்கும் மருந்து போடலாம், தப்பில்ல.

குங்குமப்பூ

## முக வறட்சி விலக..

குங்குமப்பூ - அரை கிராம், சந்தன பவுடர் - 10 கிராம், மஞ்சள்தூள் - 5 கிராம், நெல்லிக்காய் கந்தகம் - 1 கிராம்... இதெல்லாத்தையும் ஒண்ணா சேர்த்து பவுடராக்கிடணும். அதுல கொஞ்சம் பன்னீர் விட்டு அரைச்சி, 15 கிராம் வெண்ணெயில அதை குழைச்சி, கண்ணாடி கோப்பையில பத்திரப்படுத்தி வச்சிக்கிடணும். அதுல ஒரு புளியங்கொட்டை அளவு எடுத்து ராத்திரி, ராத்திரி முகத்துல தேய்ச்சிட்டு வந்தீங்கனா... அழுக்கு, வறட்சியெல்லாம் பஞ்சா பறந்து போய், முகம் பளபளக்கும். தேவைப்படுறப்பயெல்லாம் இதைச் செய்யலாம்.

விளக்கெண்ணெய்

## முகப்பரு விலக...

கடலை மாவை விளக்கெண்ணெயில கலந்து முகப்பருவுல பூசி ஒரு மணி நேரம், இல்லைனா ரெண்டு மணி நேரம் கழிச்சி குளிச்சிட்டு வந்தீங்கனா... பரு மாயமா மறஞ்சிரும்.

# கேன்சரைத் தடுக்கும் சோத்துக்கத்தாழை

25

'பசி வயித்தைக் கிள்ளுது'னு சிலர் சொல்லக் கேட்டிருப்பீங்க... இது எல்லோருக்கும் இருக்கக் கூடிய, வரவேண்டிய இயற்கை நிகழ்வு. ஆனா, 'பசியே எடுக்க மாட்டேங்குது'னு சிலர் சொல்வாங்க. இது கோளாறு. இதைக் கட்டாயம் சரி செய்தாகணும். இதுக்கு கைவசம் வைத்தியம் இருக்கு.

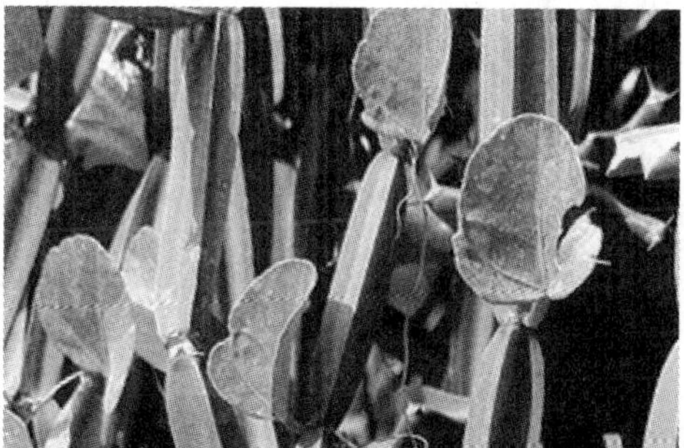

பிரண்டை

பப்பாளிப் பழம்

## பசியின்மை விலக...

பிரண்டைத் துவையல் இதுக்கு கைகண்ட மருந்து. பிரண்டைத் தண்டு, தேவையான அளவு புளி, காஞ்ச மிளகாய், பூண்டு, உளுந்து, தேங்காய், தேவைப்பட்டா கொஞ்சம் சின்ன வெங்காயம். இது எல்லாத்தையும் நல்லெண்ணெய் விட்டு வதக்கி, மையா அரைக்கணும். கூடவே தேவையான அளவு உப்பு சேர்த்துக்கோங்க. சுடுசோத்துல முதல் கவளம் சாப்பிடும்போது, இந்தத் துவையலையும் சேர்த்துச் சாப்பிடுங்க. அடுத்தமுறை பசி எடுக்கும். தேவைப்பட்டா இன்னொரு நாள் சேர்த்துக்கோங்க.

திப்பிலி

கறிவேப்பிலை, சுண்டவத்தல் பொடி சாப்பிட்டாலும் வயித்துப் பசி எடுக்கும். கறிவேப்பிலை, சுண்டவத்தல், வெந்தயம், மிளகு, சீரகம் எல்லாத்தையும் சம அளவு எடுத்து, பொன் வறுவலா வறுத்துப் பொடியாக்கி வச்சிக்கிடணும். இதுகூட தேவையான அளவு உப்பு சேர்த்துக்கணும். சாப்பாட்டுல முதல் கவளம் எடுக்கும்போது, கால் ஸ்பூன் அளவு இந்தப் பொடியைச் சேர்த்து சாப்பிட்டு வந்தீங்கனா... யானைப் பசி எடுக்கும். பொதுவா...

முடக்கத்தான்

வாரம் ஒருநாள் இந்தப் பொடியை சாப்பாட்டுல சேர்த்துக்கிட்டாலே வயிறு சம்பந்தமான பிரச்னைகள் அண்டாம இருக்கும்.

சுக்கு, மிளகு, திப்பிலி, ஏலக்காய், சீரகம் எல்லாம் சம அளவு எடுத்து பொடியாக்குங்க. அதுல கால் ஸ்பூன் அளவு எடுத்து, தேன் இல்லனா நெய் சேர்த்து காலையில வெறும் வயித்துல சாப்பிட்டு வந்தீங்கனா... சில நாள்ல ‘கபகப’னு பசி எடுக்க ஆரம்பிக்கும்.

## மலச்சிக்கல் தீர...

பப்பாளிப் பழத்தை தினமும் ஒரு துண்டு சாப்பிட்டு வந்தீங்கனா... மலச்சிக்கல் சரியாகும். அதோட வயிறு தொடர்பான சில நோய்களும்கூட குணமாகும்.

**சோத்துக்கத்தாழை**

முடக்கத்தான் கீரையும்கூட இதுக்கு நல்ல ஒரு நிவாரணி. அதாவது, ஒரு கைப்பிடி முடக்கத்தான் கீரையை தண்ணி விட்டு நல்லா காய்ச்சிக் குடிச்சாலே மலச்சிக்கல் விலகிடும். ரெண்டு மூணு நாள் செஞ்சு பாத்தீங்கனா கைமேல பலன் கிடைக்கும்.

## வயிற்றுவலி குணமாக...

சோத்துக்கத்தாழை ஒரு துண்டு எடுத்து, கசப்பு போற அளவுக்கு தண்ணியில நல்லா அலசணும். அதுகூட பனைவெல்லம் சேர்த்து மென்னு சாப்பிட்டா... வயித்து வலி ஓடிடும். இப்படி ஒரு மண்டலம் சாப்பிட்டு வந்தா... வயித்துல வர்ற மத்த கோளாறுகளும் சரியாகிடும். கர்ப்பப்பையில கேன்சர் இருந்தா... அதோட வீரியத்தைக் குறைச்சுடும். கேன்சர் வராமலும் தடுத்துடும்.

# சிறுநீரகக் கல்லை கரைக்கும் சிறுபீளை!

26

**மு**ன்ன மாதிரியெல்லாம் இப்ப இல்ல. ஆளாளுக்கு சொகமில்லனு ஆஸ்பத்திரியில போய் படுத்துக்கிடுறாங்க. ரெண்டு, மூணு நாளாயிட்டா... 'ஒடனே ஆபரேஷன்'னு குண்டு போடுறாங்க சில டாக்டருங்க. அவங்கள சொல்றதுக்கு என்ன இருக்கு? எல்லாம் நம்ம கையிலதானே இருக்கு! அட, ஆமாங்க... நோயை முத்தவிடாம இந்தப் பாட்டி சொல்ற வைத்தியத்தை செஞ்சுப் பாருங்க. முத்திப் போன சில நோய்க்குக்கூட பூரண குணம் கிடைக்கும். முக்கியமா சிறுநீரகக் கல் வியாதிக்கு மருந்து சொல்றேன்...

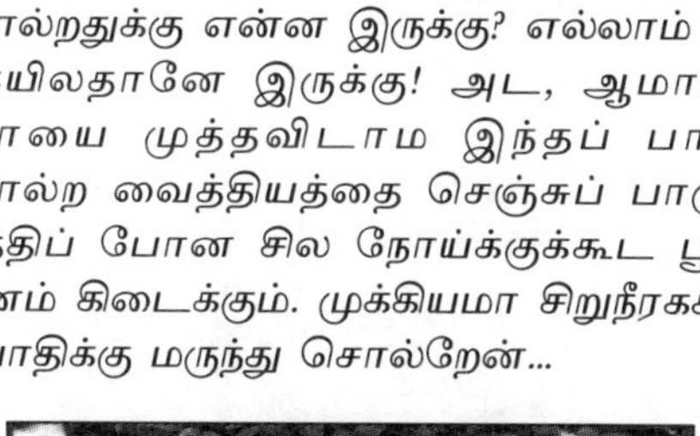

கருஞ்சீரகம்

சிறுபீளை

நெருஞ்சி

**சிறுநீரகக் கல் கரைய...**

சிறுபீளைச் செடி (பொங்கல் பூ என்பார்கள்) சமூலத்தை (முழுச் செடி) எடுத்து மையா அரைச்சி, அந்தத் திப்பியை ஒரு கோலிக்குண்டு அளவு எடுத்து வாயில போட்டு தண்ணிய குடிச்சுட்டு வந்தீங்கனா... கல் படிப்படியா கொறைஞ்சி நல்ல குணம் கிடைக்கும்.

நெருஞ்சி சூரணம் 50 கிராம், கருஞ்சீரகத்தூள் 10 கிராம், நாட்டு சர்க்கரை 60 கிராம் எடுத்து கலந்து வச்சிக்கிடணும். கால் ஸ்பூன் அளவு எடுத்து, தினமும் ஒரு தடவை அத சாப்பிட்டு வந்தா, காலப்போக்குல தண்ணியா கரைஞ்சிரும் சிறுநீரகக் கல். பொதுவாகவே மத்த எல்லா விதமான வியாதிகளையும் குணப்படுத்தற தன்மை இந்த சூரணத்துக்கு இருக்கறதால... தொடர்ந்து 48 நாள் சாப்பிட்டு பாருங்க... கைமேல பலன் கிடைக்கும்.

வெள்ளரி விதையை பால் சேர்த்து மையா அரைக்கணும். அதுல ஒரு கோலிக்குண்டு அளவு எடுத்து தினமும் சாப்பிட்டு வந்தா... சிறுநீரகக் கல் கரைஞ்சு போயிரும். குணமாகுற வரை இதைச் சாப்பிடலாம்.

கோவைக்காய் கொடியை (தண்டு) இடிச்சி, கால் டம்ளர் சாறு எடுத்து, ஒரு சிட்டிகை படிகாரத்தை பொரிச்சு, அதுல சேருங்க. இதோட ஒரு சிட்டிகை சுண்ணாம்பு சேர்த்து

வெள்ளரிக்காய் விதை

உள்ளுக்கு கொடுத்தீங்கனா சட்டுனு கல் அடைப்பு நீங்கும், நீர் உடனே இறங்கும். இதை ஓர் அதிரடி வைத்தியம்னுகூட சொல்லலாம்.

கோவைக்கொடி

கடைசியா எல்லாத்துக்கும் தெரிஞ்சது வாழைத்தண்டு. இதைச் சாறு எடுத்துக் குடிக்கலாம். அப்பப்போ சமைச்சு சாப்பிட்டு வந்தாலும் நல்ல குணம் கிடைக்கும்.

நத்தைச்சூரி விதையை 10 கிராம் அளவு எடுத்து வறுத்து பொடி செஞ்சு, நீர் விட்டுக் காய்ச்சி வடிகட்டுங்க. அதுல பால், சர்க்கரை சேர்த்து காலை, மாலை சாப்பிட்டு வந்தா... கல் அடைப்பு நீங்கும். சிலபேருக்கு சிறுநீரகத்துல சதை அடைப்பும் இருக்கும். அதுக்கும்கூட இதே வைத்தியத்தைச் செய்யலாம்.

# கல்லீரல் வீக்கத்தைக் கரைக்கும் பப்பாளி!

27

**இ**துக்கு முன்ன சிறுநீரகக் கல் பத்தியும் அதுக்கான கை வைத்தியத்தையும் இந்தப் பாட்டி விலாவாரியா சொல்லியிருந்தேன். இப்போ கல்லடைப்பு, கல்லீரல் வீக்கம், மண்ணீரல் வீக்கத்தால பாதிக்கப்படறவங்களுக்கு சில வைத்தியம் சொல்றேன்... கேட்டுக்கோங்க!

**கீழாநெல்லி**

**கரிசலாங்கண்ணி**

அமுக்கிராங்கிழங்கு சூரணம் அரை ஸ்பூன் எடுத்து, தேன்ல கலந்து காலை நேரத்துல சாப்பிட்டு வந்தா... இந்தக் கோளாறெல்லாம் காணாமப் போயிரும்.

கீழாநெல்லி, கரிசலாங்கண்ணி ரெண்டையும் சம அளவு எடுத்து அரைச்சி, அதுல நெல்லிக்காய் அளவு எடுத்து, பசும்பால்ல கலந்து சாப்பிட்டு வந்தா... கல்லடைப்பு, கல்லீரல் வீக்கமெல்லாம் சரியாயிரும்.

கோவை இலை 100 கிராம், சீரகம் 20 கிராம், சின்ன வெங்காயம் 3... இது மூணையும் ஒண்ணா சேர்த்து இடிச்சி, சாறு பிழிஞ்சுக்கோங்க. இதக் காலைல, சாயங்காலம் வெறும் வயித்துல சாப்பிட்டு வந்தாலும் கல்லடைப்பு நோயெல்லாம் சரியாயிரும். இதைச் சாப்பிடும்போது பேதியாகும். அதுக்காக பயப்படத் தேவையில்ல. இதை மூணு நாள் குடிச்சுட்டு, மூணு நாள் இடைவெளி விட்டு திரும்ப மூணு நாள் குடிக்கணும். குணம் தெரியற வரை இதேமாதிரி இடைவெளி விட்டு விட்டுக் குடிக்கணும்.

கொடிகள்ளியை எடுத்து தீயில வதக்கி சாறு பிழிஞ்சி ஒரு ஸ்பூன் எடுக்கணும். அதோட விளக்கெண்ணெய் ஒரு ஸ்பூன் சேர்த்து காலைல வெறும் வயித்துல சாப்பிடணும். இதச் சாப்பிடும்போதும் பேதியாகும். கவலைப்படக் கூடாது. மூணு நாள் சாப்பிட்டு, மூணு நாள் இடைவெளி விட்டு நோய் தீருற வரை குடிக்கணும்.

பப்பாளிப்பழம்

அடுத்தாப்புல நாஞ்சொல்லப்போற விஷயத்தைக் கேட்கவே கொஞ்சம் கஷ்டமாத்தான் இருக்கும். ஆனா, வைத்தியம்னு வந்துட்டா அருவருப்பெல்லாம் படக்கூடாது... ஆமா! அதாவது, பசுமாட்டு சிறுநீர் ஒரு பாலாடை அளவு, நொச்சிச்சாறு ஒரு பாலாடை அளவு எடுத்து ரெண்டையும் கலந்து தெனமும் காலையில சாப்பிட்டு வந்தீங்கனா... கல்லடைப்பாவது, கல்லீரல் வீக்கமாவது... எல்லாம் காணாமப் போயிரும். இதைச் சாப்பிடும்போது புளி, காரம், மாமிசம் சேர்க்கக் கூடாது.

நொச்சி இலை

இப்ப ஒரு சாதாரண வைத்தியமும் சொல்றேன்... கேட்டுக்கோங்க. தினமும் பப்பாளிப்பழம் சாப்பிட்டு வந்தீங்கனாலும் இந்தக் கல்லீரல் வீக்கம், மண்ணீரல் வீக்கம், கல்லடைப்பு எல்லாம் சரியாயிரும்.

# கருப்பை பலமடைய சதக்குப்பை, கருஞ்சீரகம்!

28

**நி**றைய பொண்ணுங்க கர்ப்பப்பை கட்டி மாதவிடாய்க் கோளாறுனு பல விதமா கஷ்டப்படுறாங்க. அதுலயும் சில பேரு அதிகமான ரத்தப்போக்குனால ரொம்பவே அவதிப்படுவாங்க. இந்த மாதிரி தொந்தரவுகள் இருந்தா... இப்ப நாஞ்சொல்ற வைத்தியத்தை செஞ்சு சொகப்படுத்திக்கோங்க..!

மாதுளை

நுணா காய் மற்றும் பூ

அருகம்புல்

அருகம்புல் அம்பது கிராம், மாதுளை இலை அம்பது கிராம் எடுத்து, அதில 4 டம்ளர் தண்ணிய விட்டு, ஒரு டம்ளரா ஆகுற வரைக்கும் நல்லா காய்ச்சணும். அதுல பாதியை காலையிலயும், மீதியை சாயங்காலமும் குடிச்சா... அதிகமா ரத்தம் போறது நிக்கும். ரெண்டு, இல்லைனா மூணு நாள் வரை இப்படி குடிச்சாலே குணம் கிடைக்கும்.

சதக்குப்பை, கருஞ்சீரகம் இது ரெண்டையும் சம அளவு எடுத்து, பொன்வறுவலா வறுத்து இடிச்சி சூரணமாக்கி வச்சிக்கோங்க. அதோட சம அளவு பனைவெல்லம் சேர்த்து காலையில, சாயங்காலம்னு ரெண்டு வேளையும் அரை ஸ்பூன் வீதம் சாப்பிட்டா... ரத்தப்போக்கு நிக்குறதோட கருப்பை பலமடையும்.

கீழாநெல்லி சமூலம் (முழுச் செடி), கரிசலாங்கண்ணி சமூலம் ரெண்டையும் சம அளவுக்கு எடுத்துக்கோங்க. தண்ணியில நல்லா அலசிட்டு, மையா அரைச்சுக்கோங்க. அதுல ஒரு நெல்லிக்காய்

பிரண்டை

அளவு எடுத்து, ஒரு டம்ளர் பச்சை பசும்பால்ல கலந்து குடிக்கணும். மூணு மணி நேரம் கழிச்சுதான் வேற எதையுமே சாப்பிடணும். மாதவிலக்கு ஆன மூணாவது நாள்ல இருந்து, மூணு நாள் வரை இப்படி செய்துட்டு வந்தா... மேலே சொன்ன எல்லா நோயும் குணமாகும்.

காட்டு அவுரி இலையை மையா அரைச்சி, ஒரு நெல்லிக்காய் அளவு எடுத்து, ஒரு டம்ளர் பச்சை பசும்பால்ல கலந்து குடிக்கணும். இந்த வைத்தியத்தை செய்யறப்ப... சாப்பாட்டுல உப்பைக் குறைச்சுக்கணும், புளியை நீக்கிடணும். மாதவிடாய் வந்த மூணாவது நாள்ல இருந்து, மூணு நாள் இப்படி சாப்பிடணும்.

நுணா மரத்துப் பூவை அரைச்சு, ஒரு கோலிக்குண்டு அளவு எடுத்து, ஒரு டம்ளர் பச்சை பசும்பால்ல கலந்து குடிக்கணும். மாதவிடாய் வந்த மூணாவது நாள்ல இருந்து மூணு நாள் இப்படி குடிச்சா... அதிகமா ரத்தம் போறது நிக்குறதோட, கருப்பையில வர்ற கட்டி காணாமப் போகும்.

இதே பிரச்னைகளுக்கு பிரண்டை துவையல் ரொம்ப நல்லது. வாரம் ரெண்டு அல்லது மூணு நாள் சாப்பிட்டாலே இந்தக் கோளாறெல்லாம் கிட்டவே வராது.

# சைனஸ் பிரச்னைக்கு நொச்சியில இருக்குத் தீர்வு!

29

'தலைவலியும், காய்ச்சலும் தனக்கு வந்தாத்தான் தெரியும்'னு சொல்வாங்க. எதுவுமே அனுபவிச்சுப் பாத்தாதான் தெரியும். அதை அனுபவிக்கறதுக்கு முன்ன... தப்பிக்கறதுக்கு வழியைத் தெரிஞ்சுக்குவோம். இப்போ தலைவலி பத்தி சொல்றேன்... கவனமா கேட்டுக்கோங்க.

சுக்கு

நேரத்துக்கு சாப்பிடாம இருந்தாலும் தலை வலிக்கும். வெயில்ல அலைஞ்சுட்டு வீட்டுக்குள்ள நொழைஞ்சதும் ஐஸ் தண்ணிய எடுத்து மடமடனு குடிச்சாகூட சிலருக்கு தலை வலிக்கும். இன்னும் சில பேருக்கு ஜலதோஷம் தொடங்குற நேரத்துல தலை வலிக்கும். இப்பிடி எல்லாம் தலைவலி பல ரூபத்துல வரும்.

தலைவலினு தெரிஞ்ச ஒடனே சுக்கை எடுத்து, கொஞ்சம் தண்ணி விட்டு இழைச்சி (உரசி) நெற்றிப்பொட்டுல கனமா பத்து போடுங்க, கொஞ்சம் தகதகனு எரியும். கொஞ்சம் நேரத்துல தலைவலி வந்த எடம் தெரியாம பஞ்சா பறந்துரும்.

ஓமவல்லி இலையை எடுத்து சாறு பிழிஞ்சு, அதோட கொஞ்சம் நல்லெண்ணெய், சர்க்கரை சேர்த்துக் கலக்கி நெற்றிப்பொட்டுல பத்து போட்டா... தலைவலி சரியாப் போயிரும். மல்லிகைப்பூவை தலையில வெச்சுக்கற பொண்ணுங்களுக்கு தலைவலி வராது. வந்தாலும் கொஞ்ச நேரத்துல சரியாயிரும். ஆம்பளைங்களுக்கு தலைவலினா... மல்லிகைப்பூவை தலையணையில வெச்சு தூங்கினா... சரியாகிடும்.

நாலு மிளகை தண்ணி விட்டு அரைச்சு, கொஞ்சம் கற்பூரத்தூளை சேர்த்து நெத்தியில பத்து போட்டா... தலைவலி சரியாயிரும்.

சிலருக்கு சைனஸ் காரணமாகூட தலைவலி வரும். அப்படிப்பட்டவங்க ராத்திரி தூங்குறப்ப... தலையணையில நொச்சி இலையை வெச்சு தூங்கினா... நாளடைவுல தலைவலி சரியாப் போகும்.

ஓமவல்லி

மல்லி

**நொச்சி**

சைனஸ் குணமாகணும்னா நொச்சி இலை சாறு எடுத்து, நல்லெண்ணெய் விட்டு நல்லா காய்ச்சி, சூடு ஆறினதும் தலைக்கு தேய்ச்சு ஒரு மணி நேரம் கழிச்சு வெந்நீர்ல குளிக்கணும். இதை, வாரத்துக்கு ஒருநாள் இல்லைனா ரெண்டு நாள்னு... ரெண்டு மாசம் வரைக்கும் செஞ்சாலே... சைனஸ் சரியாப் போயிரும். தலைவலியும் சரியாயிரும்.

இந்த ஒற்றைத் தலைவலி வந்தா... உயிரே போற மாதிரி இருக்கும். வெள்ளை எள்ளை எருமைப்பால் விட்டு அரைச்சி, முன் நெற்றியில பத்து போட்டு, சூரியன் உதிக்கறப்ப வர்ற வெளிச்சத்துல காட்டிட்டு வந்தா... மூணே நாள்ல ஒற்றைத் தலைவலி சரியாப்போயிரும்.

# நீர்க்கடுப்பை துரத்தியடிக்கும் நன்னாரி பால்!

30

**கா**லம் மாறிப்போச்சு. இப்பல்லாம் முன்ன மாதிரி இல்ல. மழை பெஞ்சா விடாம பெய்யும்... வெயில் அடிச்சாலும் வெளுத்து வாங்கும். எல்லாம் காலத்தோட கோலம். ஆனாலும் கோடைக்காலத்துல வர்ற நோய்கள்ல இருந்து நம்மளைக் காப்பாத்திக்கிறதுக்கு இந்தப் பாட்டி சொல்ற வைத்தியங்களைச் செய்யுங்க. சூடு பிடிக்கிறது, கட்டி வர்றதுனு சின்னப்புள்ளைங்கள பாடாப்படுத்திரும். கவனமா இருக்கணும்...

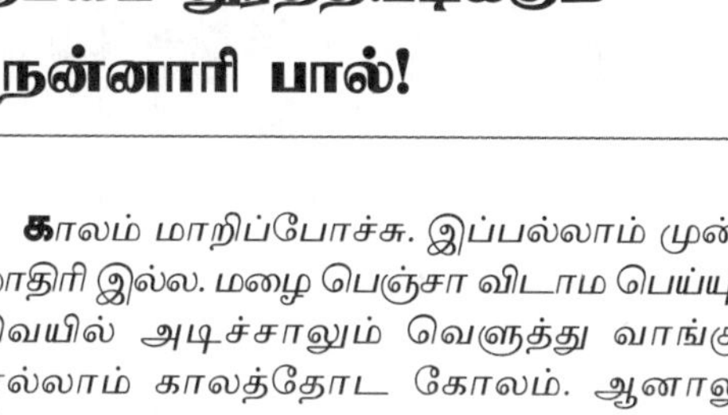

பச்சை நன்னாரி வேர்

**வெள்ளரி விதை**

சின்னக் குழந்தைங்களுக்கு சிலநேரம் சிறுநீர் போகாம கட்டிக்கிடும். இதனால வயிற்று வலி வந்து துடிக்கும். இதைத் தாயால உடனே கண்டுபிடிச்சுட முடியும்.

இந்த மாதிரி நேரத்துல... முருங்கைக்கீரை, வெள்ளரி விதை இது ரெண்டையும் சேர்த்து அரைச்சி வயித்துமேல கனமா பூசிட்டு வந்தா... நீர்க்கட்டு உடைஞ்சு, சிறுநீர் தானா போகும். குழந்தை தன்னை மறந்து சொகமா தூங்கும்.

பச்சை நன்னாரி வேர் 5 கிராம் அளவு எடுத்து மையா அரைச்சு, 200 மில்லி பால்ல கலந்து சாப்பிட்டு வந்தா... மூலச்சூடு, நீர்க்கடுப்பு, நீர்ச்சுருக்கு, வறட்டு இருமல் எல்லாமே இருந்த இடம் தெரியாம ஓடிப்போகும். இதையே தொடர்ந்து சாப்பிட்டு வந்தா... நரைச்ச முடிகூட கருகருனு மாறிடும்.

சூடு அதிகமாச்சுனா... கண்ணெல்லாம் எரியும். இன்னும் சிலருக்கு கண்ணுல இருந்து தண்ணியா கொட்டும். இது எல்லாருக்கும் வரக்கூடியதுதான். இப்படிப்பட்ட நேரத்துல கொஞ்சம் சீரகம், கொஞ்சம் மிளகு சேர்த்துப் பொடியாக்கணும். இதை தேங்காய் எண்ணெய்... இல்லைனா நல்லெண்ணெயில போட்டுக் காய்ச்சி, தலைக்கு தேய்ச்சுக் குளிச்சா... சூடு பஞ்சா பறந்துரும்.

**மணத்தக்காளி**

கண்கட்டி வந்தா... கறிவேப்பிலையை சாறு எடுத்து, அதோட வெள்ளைச் சங்கை உரசி பூசிட்டு வந்தா... கட்டி உடைஞ்சுடும். தொடர்ந்து பூசிட்டு வந்தா... புண் ஆறிப்போயிரும்.

வாய்ப்புண், வயிற்றுப்புண் வந்தா... மணத்தக்காளி பழத்தை பச்சையாவோ, வற்றலாவோ சாப்பிட்டு வந்தா வாய்ப்புண், வயித்துப்புண் எல்லாம் சரியாயிரும். கீரையை தேங்காய்ப்பால் சேர்த்து வதக்கி சாப்பிடலாம்.

செங்கீரைத்தண்டை அடிக்கடி சமைச்சு சாப்பிட்டா... உடல் சூடு, நீர்க்கடுப்பு, மூலச்சூடு எல்லாம் சரியாகும். பொண்ணுங்களுக்கு வர்ற பெரும்பாடுகூட (அதிக ரத்தப்போக்கு) குணமாகும்.

# காலையில் இஞ்சி... கடும்பகல் சுக்கு... மாலையில் கடுக்காய்!

31

**“இ**ப்பல்லாம் முன்ன மாதிரி, சொன்ன பேச்சைக் கேட்க மாட்டேங்குது இந்த உடம்பு. உக்காந்து எழுந்திரிக்கவே முடியல. அங்க நோகுது, இங்க நோகுது. கை, கால நீட்டவே முடியறதில்ல...”

- இந்தக் காலத்துல தடுக்கி விழுந்தா இப்படிப்பட்ட புலம்பல்கள் கூடிப்போயிருச்சு. ஆனா, எதுவா இருந்தாலும் இந்தப் பாட்டி வைத்தியம் இருக்குறப்ப எதுக்காக கவலை?

இஞ்சி

இஞ்சி முரப்பா

காலையில் இஞ்சி, கடும்பகல் சுக்கு, மாலையில் கடுக்காய்னு அட்டவணைப் போட்டுக்கிட்டு சாப்பிட்டு வந்தாலே... இந்த மாதிரி நோய்களுக்கு இடமே இல்லை.

இஞ்சி–எலுமிச்சைச் சாறு

**இஞ்சி...**

இஞ்சியை பல வழிகள்ல சாப்பிடலாம். சின்னதா ஒரு துண்டு இஞ்சியை காலைல வெறும் வயித்துல சாப்பிடலாம். அப்படி இல்லைனா... இஞ்சிச் சாறு எடுத்து, அஞ்சு நிமிஷத்துக்கு அப்படியே ஒரு டம்ளர்ல வைங்க. அடியில வெள்ளையா படியும். தெளிஞ்ச சாறை மட்டும் எடுத்து குடிங்க. ரொம்ப கஷ்டமா தோணுச்சுனா... தேன், கொஞ்சம் எலுமிச்சைச் சாறு, சர்க்கரை இதையெல்லாம் அதுகூட சேர்த்துக் குடியுங்க. நித்தமும் இப்படி குடிச்சு வந்தா... நீங்கதான் சுறுசுறுப்புத் திலகம்.

இஞ்சி முரப்பா, இஞ்சி மிட்டாய்னு விக்கிறாங்க. எல்லாமே நல்லதுதான். இதை எந்த நேரத்துலயும் சாப்பிடலாம். அதேமாதிரி டீ குடிக்குறப்ப... இஞ்சியைத் தட்டிப்போட்டுக் குடிக்கலாம். வாய்வுத்தொல்லை, அஜீரணக்கோளாறு, சளித்தொல்லைனு எல்லாம் இருந்த இடம் தெரியாம ஓடிப்போயிரும்.

சுக்கு

**சுக்கு....**

'சுக்கு-மல்லி காபி'னு கூவிக் கூவி விக்கிறத பார்த்திருப்பீங்க. சுக்கு, மிளகு, கொத்தமல்லி (தனியா), கொஞ்சம் ஏலக்காய் சேர்த்து எல்லாத்தையும் பொடியாக்கணும். இதோட பனைவெல்லம் சேர்த்து கொதிக்க வச்சா... சுக்கு-மல்லி காபி ரெடி. சளி, காய்ச்சல், இருமல், வாய்வுப்பிடிப்பு எல்லாம் ஓடியேப் போயிரும். ஆடாதொடை இலை, துளசி, ஓமவள்ளியெல்லாம் கிடைச்சா, அந்த சுக்குமல்லி காபியோட சேர்த்துக் காய்ச்சிக் குடிச்சா... கூடுதல் பலன் கிடைக்கும்! சுக்கு மிட்டாய்னு ஒண்ணு சில கடைகள் விக்கிறாங்க. அதை வாங்கிக் குழந்தைங்களுக்கு கொடுங்க... உற்சாகமா ஓடி ஆடுவாங்க.

**கடுக்காய்...**

கடுக்காய்

'மாலையில் கடுக்காய்'னு சொல்றதைவிட, ராத்திரி தூங்கப் போறதுக்கு முன்னனு சொல்லலாம். அந்த நேரத்துல அதைச் சாப்பிடறது தான் நல்லது. நாட்டு மருந்து கடைங்கள்ல கிடைக்கற கடுக்காயை வாங்கிட்டு வந்து, இடிச்சி உள்ள இருக்குற கொட்டையை எடுத்துட்டு தோலை மட்டும் பயன்படுத்தணும். ரெண்டு, மூணு கடுக்காயை இடிச்சிப்போட்டு ஒரு டம்ளர் தண்ணி ஊத்தி நல்லா காய்ச்சணும். பாதியா சுண்டுனதும், ஆற வெச்சுக் குடிக்கணும். இப்பிடி குடிக்கிறதால காலையில மலம் நல்லா போகும். வாய்வுத் தொல்லை இருந்த இடம் தெரியாம காணா போயிரும். இதைச் சாப்பிடறதால மூலம் சம்பந்தப்பட்ட பிரச்னைங்ககூட சரியாகும்னா பார்த்துக்கோங்களேன்.

# அம்மையைத் தடுக்கும் சுட்டக் கத்திரிக்காய்!

32

**சீ**ஸனுக்கு தக்குனபடி காய்கள் காய்க்கற மாதிரியே... நோய்களும் மொளைக்கறதுதான் வாடிக்கை. கூடுமானவரைக்கும் உஷாரா இருந்துட்டா... அதையெல்லாம் கிட்ட வராமலே தடுத்துட முடியும். அதையும் மீறி வந்துட்டா... கவலையை விடுங்க. அதுக்குத்தான இருக்கேன் இந்தப் பாட்டி...

**வேப்பிலை**

சந்தனக்கட்டை

வெயில்ல அலையுறதுனால உடம்புல கொப்புளம், எரிச்சல், வேர்க்குரு வரும். இதுக்கெல்லாம் நல்ல மருந்து... சந்தனம். சந்தனக் கட்டையைத் தண்ணி ஊத்தி நல்லா இழைச்சி (உரசி) வேர்க்குரு வந்த இடத்துல பூசி விடுங்க. பகல் வேளையில புங்கை மரத்தடியில போய் உட்கார்ந்துட்டு வாங்க. இல்லைனா... ஒரு குட்டித் தூக்கம் போடுங்க. குளுகுளுனு இருக்கும். சூடு தணிஞ்சு உடம்புல வர்ற கொப்புளம், எரிச்சல், வீக்கம் எல்லாம் வத்திப்போயிரும். வேற ஏதாவது அலர்ஜியினால நோய் வந்திருந்தாகூட குணமாயிரும்.

அகத்திக்கீரை, பசலைக்கீரை, பருப்புக்கீரை, வெந்தயக்கீரை, பொன்னாங்கண்ணிக் கீரைனு வகை வகையா சாப்பிட்டா... கோடைக்கே உரிய நோய்கள் குணப்படும். வேற சில நோய்களையும் கூட இந்தக் கீரைங்க அண்ட விடாது.

உதாரணத்துக்கு, அகத்திக் கீரையை எடுத்துக்கிட்டா... வாய்ப்புண், வயித்துப்புண் குணமாகறதோட, சூடும் தணியும். மத்தியான சாப்பாட்டோட அகத்திக் கீரை சேர்த்துக்கிட்டீங்கனா... மறுநாள் காலையில தாராளமா மலம் போகும். குழந்தைங்க எலும்பு உறுதியாகுறதுக்கும், உடல் வளர்ச்சி அடையவும் அகத்திக்கீரை ரொம்ப நல்லது. ஏன்னா... இதுல சுண்ணாம்புச்சத்து இருக்கு.

பூசணிக்காய்

அகத்திக் கீரையால புத்தி மந்தம், சோம்பேறித்தனம்கூட சரியாகும். அகத்திக்கீரையை

புங்கன் இலை

கூட்டு, பொரியல்னு செஞ்சு சாப்பிடலாம். பருப்போட சேர்த்தும் சாப்பிடலாம். சூப் போட்டும் குடிக்கலாம்.

அகத்திக்கீரை சாப்பிடும்போது இறைச்சி சாப்பிடக்கூடாது. மீறி சாப்பிட்டா... சிலருக்கு அலர்ஜி ஏற்படலாம். அதுமட்டுமில்ல... மருந்துகளோட வீரியத்தையும் அகத்திக்கீரை கொறைச்சிரும்.

அகத்திக்கீரை

உடல் உஷ்ணத்தைக் குறைக்கறதுல பூசணிக்காயும் முக்கியமானது. பூசணிக்காயை அடிக்கடி சமைத்துச் சாப்பிட்டா உடல்வலி தீரும், சிறுநீர் வியாதிகள் குணமாகும், உடல் சூட்டைத் தணிக்கும். வெண்பூசணிக்காயின் சாறு 30 மில்லி அளவு எடுத்து ஒரு டேபிள்ஸ்பூன் அளவு தேன் கலந்து சாப்பிட்டால் இதய பலவீனம் நீங்கும், ரத்த சுத்தியாகும்.

பசலைக்கீரை

நாட்டு வைத்தியத்துல பூசணிக்காயின் விதைகளையும் பயன்படுத்துவாங்க. பூசணிக்காய் விதைங்கள காய வச்சி பொடியாக்கி ஒரு டேபிள்ஸ்பூன் அளவு எடுத்து பாலுல கலந்து சாப்பிட்டு வந்தா உடம்பு பெருக்கும். உடல் சூட்டையும் தணிக்கும்.

# தெரு முனையில் முளைத்துக் கிடக்கும் சொறி, சிரங்கு மருந்து!

‘**கு**ப்பையில் கிடந்த மாணிக்கம்’னு சொல்வாங்க. அது நம்ம மூலிகைகளுக்கும் பொருந்தும். உதாரணத்துக்கு குப்பைக் கீரையைச் சொல்லலாம். பேருக்கு ஏத்தமாதிரி குப்பைமேடுகள்லதான் இது வளரும். ஆனா, இதுக்கு உள்ள மகிமையே தனிதான். இந்தக் குப்பைக் கீரையை பூ பூக்குறதுக்கு முன்னாடி பறிச்சு... உப்பு, புளி, மிளகாய் வத்தல், பூண்டு, சீரகம் சேர்த்து, தண்ணி விட்டு அவிச்சி, கடைஞ்சி சாப்பிட்டா... மார்புவலி, அஜீரணக்கோளாறு எல்லாம் குணமாகும். குப்பையில கிடக்கறதுக்கு என்ன மகிமை பாத்தீங்களா?

33

குப்பைக் கீரை

இதேமாதிரி குப்பைமேனினு ஒண்ணைக் கேள்விப் பட்டிருப்பீங்க. இதுவும் குப்பை மேடுகள்ல தாராளமா வளர்ந்து கிடக்கும். மத்த இடங்கள்லயும் பார்க்கலாம். பொதுவா சொறி, சிரங்கு மாதிரி நோய் உள்ளவங்க, குப்பைமேனி இலையோட கொஞ்சம் உப்பு, மஞ்சள் சேர்த்து அரைச்சி பூசி, அரைமணி நேரம் கழிச்சி குளிக்கணும். இதை ஒரு சில நாளைக்குச் செய்தாலே... நல்லா குணம் தெரியும்.

குப்பைமேனி

மூல நோயைக் குணப்படுத்துற சக்தியும் இந்தக் குப்பைமேனிக்கு உண்டு. பூத்துக்கிடக்கற குப்பைமேனியை வேரோட பறிச்சுட்டு வந்து, நிழல்ல உலர்த்தி சூரணம் (பொடியாக்கி சலித்து வைப்பது) செஞ்சி வச்சுக்கிடணும். இந்த சூரணத்துல ரெண்டுல இருந்து அஞ்சு கிராம் அளவுக்கு எடுத்து, பசுநெய்யோட சேர்த்து, காலையிலயும், சாயங்காலமும் 48 நாள் சாப்பிட்டு வந்தா... எந்த வகையான மூலமும் குணமாகும். புளி, காரம் சேர்க்காம இருக்கணும். மோர் சேர்த்துக்கணும். இதைச் செய்தா... சீக்கிரம் குணமாகும்.

நாயுருவி

கானாவாழை

நாயுருவினு ஒரு மூலிகை இருக்குது தெரியுமா? சின்னப் பசங்க, விளையாட்டுத்தனமா... ஒருத்தர் மேல ஒருத்தர் தடவி விளையாடுவாங்க. இதோட இலையை கொட்டைப்பாக்கு அளவு எடுத்து அரைச்சி மோர்ல கலந்து காலை, மாலை சாப்பிட்டு வந்தா... சீதபேதி, ரத்தபேதி சரியாகும். நாயுருவி இலையை சாதிக்காயோட சேர்த்து அரைச்சு, தேமல் வந்த இடத்துல பூசிட்டு வந்தா... நோய் குணமாகும். நாயுருவி வேர்ல பல் துலக்கினா, பல்லுல இருக்கற கறை நீங்குறதோட, ஆட்டம் கண்ட பல் உறுதியாகும். வாய் நாத்தமும் அடிக்காது.

கானாவாழைனு ஒரு கீரை இருக்கு. இந்தக் கீரையோடு துவரம்பருப்பு சேர்த்து கூட்டு செஞ்சு சாப்பிட்டா... மலச்சிக்கல் நீங்குறதோட உடல் உஷ்ணமும் குறையும். வயசானவங்களுக்கு படுக்கைப் புண் வந்துடுச்சுனா... இந்தக் கீரை இலையை அரைச்சி, புண் வந்த இடத்துல பூசுனா... நல்ல நிவாரணம் கிடைக்கும்.

# இன்சுலினைச் சுரக்க வைக்கும் நெல்லி!

34

*‘மூப்புளகா யந்தணிந்து மோகம் பிறக்குமிள*

*மாப்பிளை போலேயழகு வாய்க்குமே...*

*யாமலக முண்ணமுறை யால்’*

-என்று நெல்லியைப் பற்றி தமிழ் வைத்தியத்தில சொல்லியிருக்காங்க.

நெல்லி

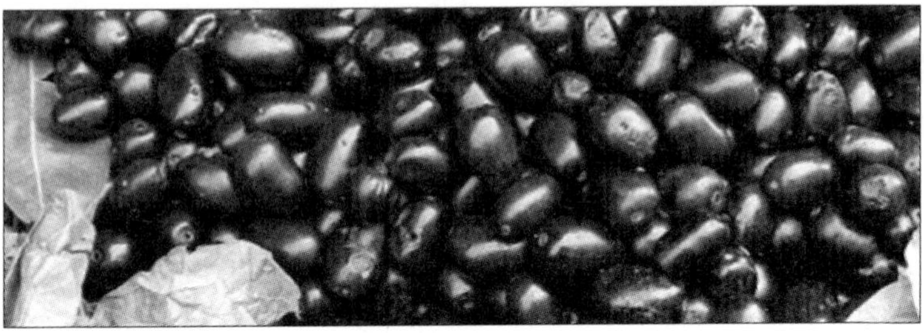

**நாவல்பழம்**

நெல்லிப்பழத்தை சரியான முறையில பக்குவம் செஞ்சு சாப்பிட்டா, வயசானவங்ககூட மாப்பிள்ளை மாதிரி அழகா மாறிடுவாங்களாம்.

நெல்லிக்காயை துவையல் செஞ்சு சாப்பிட்டா, நாக்கு ருசியில்லாம இருக்குறது, வாந்தி எல்லாம் சரியாகும்.

ஒரு டேபிள்ஸ்பூன் நெல்லிப்பழ சாறோட, அதே அளவு தேன் சேர்த்து அதிகாலையில சாப்பிட்டு வந்தா... ஆஸ்துமா, நெஞ்சுல சளி கட்டுறது, சர்க்கரை வியாதி, சோகை, தலைமுடி நரைக்கிறது, முடி உதிர்றது, கண் கோளாறு எல்லாம் சரியாகும். தொடர்ந்து சாப்பிட்டு வந்தா புற்றுநோய்கூட குணமாக வாய்ப்பு இருக்கு.

ஒரு டேபிள்ஸ்பூன் நெல்லிப்பழச்சாறுகூட, ஒரு கப் பாகற்காய் சாறு சேர்த்து சாப்பிட்டா, சுரக்காத இன்சுலின் சுரக்கும். ரெண்டு மாசம் தொடர்ந்து இந்தச் சாறை குடிச்சாத்தான் பலன் கிடைக்கும்.

அடுத்ததா நாவல்மரம். நாவல் விதையைத் தூளாக்கி, ஒருவேளைக்கு ரெண்டுல இருந்து நாலு கிராம் வரைக்கும் சாப்பிட்டு வந்தா... சர்க்கரை நோய் கட்டுக்குள்ள வரும். அதாவது, இந்த விதையைச் சாப்பிட்டா... ரத்தம், சிறுநீர்ல சர்க்கரையோட அளவு குறையும். சர்க்கரை கட்டுப்பாட்டுல வந்துட்டா... நாவல் விதை சாப்பிடுறத நிறுத்திடணும்கறத மறந்துடக் கூடாது.

சிறுநீர் சரியா போகலைனா... நாவல் விதைத் தூளையும், மாம்பருப்பு தூளையும் சேர்த்து சாப்பிட்டா போதும். தாராளமா சிறுநீர் போகும்.

நாவல் பழத்துல வைட்டமின் 'சி' சத்து இருக்கு. நாவல் பழ சீஸன் வரும்போது வாங்கிச் சாப்பிடுங்க. இந்தப் பழம் மண்ணீரல் வீக்கத்துக்கு நல்ல மருந்து. பசி எடுக்காதவங்க, இந்தப் பழத்தை சாப்பிட்டு பலனை அனுபவிக்கலாம். ஆனா, அளவோட சாப்பிடுங்க. அதிகமா சாப்பிடறது நல்லது இல்லை.

# கருகரு முடிக்கு கல்யாண முருங்கை!

**பொ**ண்ணுங்களுக்கு தலைதான் பெரிய தலைவலியே. அதாவது... தலையில வர்ற பொடுகு, முடி உதிர்றது, நரைக்கறதுனு ரொம்பவே படுத்தி எடுத்துடும். 'சின்ன வயசுல முழங்கால் வரைக்கும் எனக்கு முடி தொங்கும். இப்போ பாரு... எலி வால் மாதிரி ஆயிட்டு'னு ரொம்பவே கவலைப்படுவாங்க சிலபேரு. கவலை எதுக்கு? வைத்தியம் சொல்ல இந்தப் பாட்டி இருக்கேன்...

35

கல்யாண முருங்கை

**பொடுதலை**

முதல்ல பொடுகை விரட்டுறதுக்கு வைத்தியம் சொல்றேன். சின்ன வெங்காயம் தெரியும்தானே? ‘சாம்பார் வெங்காயம்’னு சொல்வாங்களே அதேதான். அதை நாலஞ்சு எடுத்துக்கோங்க. அம்மியிலயோ... மிக்ஸியிலயோ போட்டு நல்லா அரைச்சு எடுத்துக்கோங்க. அதோட, நாட்டுக்கோழி முட்டையில இருக்கற வெள்ளைக்கருவை மட்டும் சேர்த்து நல்லா கலக்குங்க. மிக்ஸியிலயே போட்டு ஒரு சுத்து சுத்தினாலும் சுத்தலாம். ஷாம்பு மாதிரி நொரைச்சுக்கிட்டு வரும். அதை, தலையில தேய்ங்க. அரை மணி நேரம் கழிச்சு, சீயக்காய் போட்டு குளியுங்க. வாரம் ஒருநாளோ, ரெண்டு நாளோ இப்படி செய்துட்டு வந்தா... ரெண்டே மாசத்துல பொடுகு, வந்த பாதையிலயே திரும்பிப் போயிரும்.

பொடுதலைனு ஒரு மூலிகை. அங்கங்க மொளைச்சுக் கெடக்கும். அதோட சாறை எடுத்து, அதுக்கு சம அளவு நல்லெண்ணெய் சேர்த்து பதமா காய்ச்சி வச்சுக்கணும். அதை, வாரத்துல ரெண்டு நாள் தலையில தேய்ச்சுக் குளிச்சுட்டு வந்தா... பொடுகுப் பிரச்னை தீரும்.

நாட்டு செம்பருத்தி இலை நாலஞ்சி எடுத்து, மையா அரைச்சு, தலையில தேய்ச்சுக்கோங்க. அரை மணி நேரம் கழிச்சு இலுப்பம் புண்ணாக்குத் தூளோ, சீயக்காயோ தேய்ச்சுக் குளிச்சீங்கனா... பொடுகு காணாமப்போறதோட, தலைமுடியும் தளதளனு வளரும்.

**சடாமாஞ்சில்**

சின்ன வெங்காயத்துல சாறு எடுத்து, தலையில தேய்ச்சு, ஊற வச்சு சீயக்காய் போட்டுக் குளிச்சா... பொடுகு, தலைச் சிரங்கு விலகுறதோட, தலையும் குளிர்ச்சியாகும்.

இப்ப, கூந்தல் அடர்த்தியா வளர்றதுக்கு உபாயம் சொல்றேன். நாட்டுமருந்துக் கடையில சடாமாஞ்சில்ங்கற வேர் கிடைக்கும். அதை வாங்கி, தேங்காய் எண்ணெயில ஊற வச்சு, அந்த எண்ணெயைத் தலையில தேய்ச்சுட்டு வந்தா, முடி செழிச்சி வளர்றதோட.... ராத்திரியில நல்ல தூக்கமும் வரும்.

தேங்காய் எண்ணெயில, மருதாணி இலையை ஊறப்போட்டு தலைக்கு தேய்ச்சுட்டு வந்தாலும் முடி நல்லா வளரும்.

கல்யாண முருங்கை இலையோட சாறை குடிச்சுட்டு வந்தா, நரை முடி கருகருனு மாறும். கூடவே, கறிவேப்பிலை துவையல், வெங்காயம், கீரை வகைகளை சாப்பாட்டுல அடிக்கடி சேர்த்துக்கிட்டா போதும்... முடி சம்பந்தமான பிரச்னைங்க உங்ககிட்ட முட்டாது!

# வாழைத் தண்டு... கல்லை மட்டுமல்ல.. தொப்பையையும் கரைக்கும்!

**எ**ல்லாரும் 'பூங்கொடி'னு கூப்பிடணும்கிறதுக்காக... உடம்பை இளைக்க வைக்கிறேன்னு கண்டதையும் சாப்பிட்டு சிலர் காசை கரைப்பாங்க. சிலர், எதையுமே சாப்பிடாம காய்வாங்க. இப்படியெல்லாம் செய்தா... கடைசியில உடம்புதான் கெட்டுப் போகும். எந்த வம்பு தும்பும் இல்லாம பூங்கொடியா நீங்க வலம் வர்றதுக்கு இந்தப் பாட்டி சொல்றதை செஞ்சுப் பாருங்க. இந்தப் பாட்டி வைத்தியதோட மகிமை புரியும்!

**36**

**கொள்ளு**

வாழைத்தண்டு

'இளைச்சவனுக்கு எள்ளு... கொழுத்தவனுக்கு கொள்ளு'னு கிராமத்துல சொல்வாங்க. தண்ணியில கொள்ளுப் பயறைப் போட்டு, கொதிக்க வச்சு அதோட கொஞ்சம் இந்துப்பு சேத்து தொடர்ந்து ஒரு மாசம் சாப்பிட்டுப் பாருங்க. நிச்சயம் எடை குறைஞ்சிருக்கும்.

பப்பாளிக்காயை சமைச்சு, வாரத்துக்கு ரெண்டு நாள் வீதம் மொத்தம் 40 நாள் சாப்பிடுங்க. உடல் எடை குறையும். முள்ளங்கியையும் அப்பப்ப சமையல்ல சேர்த்தா கைமேல் பலன் கிடைக்கும்.

சிலருக்கு தொப்பை போட்டு இருக்கும், இதைப் பார்த்து 'பானை வயிறு'னு கிண்டல் பண்ண ஆரம்பிச்சுருவாங்க. தினமும் வாழைத்தண்டு சாறு எடுத்துக் குடிச்சா... தொப்பைக்கு டாட்டா சொல்லலாம். கிட்னியில இருக்கற கல்லைக் கரைக்கற மாதிரியே, தொப்பையையும் இது கரைச்சுடும். இந்தச் சாறு குடிக்குறப்ப தயிர், மோர் சேர்க்கக் கூடாது.

மேலே சொன்னது பொண்டு புள்ளைகளுக்கு. ஆம்பளைகளுக்கு வேற வைத்தியம் இருக்கு.அதாவது, இஞ்சியை இடிச்சி அதுல சாறு எடுத்து, கொதிக்க விடணும். நீர் வத்தினதும், அதே அளவு தேனை ஊத்தி கொஞ்ச நேரம் கழிச்சி அடுப்பில இருந்து இறக்கணும்.

இஞ்சிச் சாறு

பப்பாளிக்காய்

நெருஞ்சி

நீர்முள்ளி

இதை... காலையில, ராத்திரினு சாப்பாட்டுக்கு முன்ன ஒரு ஸ்பூன் குடிச்சுட்டு, வெந்நீரையும் குடிக்கணும். இப்படி செய்து வந்தா... தொப்பை கரையும். ஒரு மண்டலம் சாப்பிட்டுப் பார்த்து பலனைத் தெரிஞ்சிக்கோங்க.

நீர்முள்ளிச் சமூலத்தை (இலை, வேர் உள்பட ஒட்டுமொத்த செடி) தண்ணியில நல்லா அலசி, இடித்து 200 மில்லி சாறு எடுத்துக்கோங்க. நெருஞ்சி விதை, சோம்பு, கொத்த மல்லி தலா 50 கிராம் எடுத்து இடிச்சுக்கோங்க. எல்லாத்தையும் ரெண்டு லிட்டர் தண்ணியில சேர்த்து காய்ச்சி வடிகட்டுங்க. இதுல 125 மில்லி அளவு எடுத்து, தினமும் 4 தடவை குடிச்சு வந்தா... ஊதிப்பெருத்த உடம்பு, துரும்பா கரையும்.

## சளியுடன் சண்டையிடும் கற்பூரவள்ளி பஜ்ஜி..!

37



**‘தெ**ன்மேற்கு பருவ மழை ஆரம்பம்’னு நியூஸ் வந்தாலே... வழக்கமா, கேரளாவை ஒட்டின பகுதியிலதான் மழை கொட்ட ஆரம்பிக்கும். அதுக்கப்புறம் தமிழ்நாட்டுலயும் பரவலா கொட்டித் தீர்க்கும். அப்போ இந்த மெட்ராஸ் கெட்டகேடு... சாயங்காலமாயிட்டா, ஊட்டி கணக்கால்ல மாறிடுது. சும்மா சிலுசிலுனு காத்தடிக்கறப்ப சுகமாத்தான் இருக்குது. ஆனா, ராத்திரி படுத்து, காலையில எழுந்திரிச்சா... தொண்டையைக் கட்டிக்கிட்டு, சமயத்துல மூச்சுத் திணறுது. சளி, தொண்டைவலி, காய்ச்சல்னு மக்க மனுஷங்க ரொம்பவே கஷ்டப்படுறாங்க.

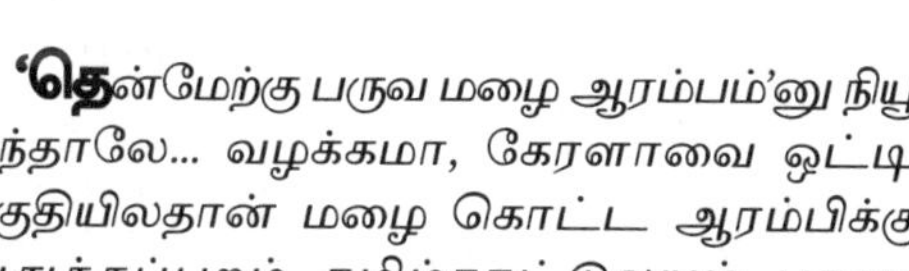

**திப்பிலி**

**இஞ்சிச் சாறு**

இதெல்லாம் வழக்கமா மழைக் காலத்துல வர்றதுதான். அதுக்கும் சில வைத்தியம் சொல்றேன் கேட்டுக்கங்க... பயன்படுத்தி சுகம் காணுங்க.

போற எடத்துல எந்தத் தண்ணி கெடைச்சாலும் குடிக்கறது, ஐஸ் தண்ணிய வாங்கி மொடமொடனு குடிக்கறது இதெல்லாம்தான் பிரச்னைக்கு அடிப்படையே! லேசா தொண்டை கரகரனு இருந்தாலே உஷாராயிடணும். குடிக்கற பக்குவத்துல இருக்கற சுடு தண்ணியைக் குடிச்சு வந்தா... கூடுமானவரைக்கும் குணம் கிடைக்கும். கூடவே, கல் உப்பை வெந்நீர்ல போட்டு தொண்டையை நல்லா நனைச்சி கொப்பளிக்கணும். காலையிலயும், ராத்திரி தூங்கப் போறப்பவும் இதை செஞ்சா போதும். நல்ல பலன் கிடைக்கும்.

இந்த மாதிரி நேரங்கள்ல இஞ்சிச் சாறு குடிக்கறது ரொம்ப நல்லது. டீ குடிக்கறப்ப, அதுல இஞ்சியைச் சேர்த்துக்கிட்டாலே போதும். சாயங்காலப் பொழுதுல சுக்கு காபி குடிக்கறது நல்லது. அப்புறம்... இஞ்சித் துவையல், தூதுவளை துவையல், கற்பூரவள்ளி பஜ்ஜினு எல்லாமே சளிக்கு எதிரா இருந்தா... எந்தச் சளியும் நம்மை அண்டாது.

குடிக்கற தண்ணியில இருந்து சாப்பாடு வரை எல்லாமே சூடா இருக்குற மாதிரி பார்த்துக்கறது முக்கியம்.

தொண்டை கரகரப்பா இருந்தா... நல்லா தூள் செஞ்ச ஒரு சிட்டிகை திப்பிலியோட, தேன் சேர்த்து சாப்பிட்டு வந்தாலும் நல்ல நிவாரணம் கிடைக்கும். இருமல் இருந்தாலும் இதை

**கற்பூரவள்ளி பஜ்ஜி**

சாப்பிடலாம். ஆஸ்துமா பிரச்னை உள்ளவங்களுக்குகூட இந்த வைத்தியம் நிவாரணம் கொடுக்கும்.

ராத்திரி நேரத்துல, ஒரு முழு பூண்டை உரிச்சி, நூறு மில்லி பால், பாதி அளவு தண்ணி சேர்த்து வேக வைக்கணும். இறக்குற சமயத்துல கொஞ்சம் மிளகுப்பொடி, மஞ்சள் தூள், பனங்கல்கண்டு சேர்த்து அடுப்பைவிட்டு இறக்கணும். பிறகு, நல்லா கடைஞ்சி கிடைக்கற விழுதைச் சாப்பிடணும். ராத்திரியில 'கிர்புர்'னு இழுக்காம நிம்மதியா தூங்கலாம்.

குழந்தைகளுக்கு சளி பிடிச்சி அவதிப்பட்டா... தூதுவளை இலைச்சாறு, இஞ்சிச் சாறு, துளசிச்சாறு எல்லாத்தையும் சம அளவு எடுத்து அதோட தேன் சேர்த்து ஒரு தேக்கரண்டி அளவு மூணு நாள் சாப்பிடக் கொடுத்தாலே... சளி காணாமப் போயிரும்.

'தெக்கத்திக்கணை'னு ஒண்ணு சொல்லுவாங்க. சளி பிடிச்சிக்கிட்டு இழுப்பு மாதிரி வர்றதைத்தான் இப்படி சொல்வாங்க. இதுக்கும்கூட மேல சொன்ன தூதுவளை, இஞ்சி, துளசிச்சாறு வைத்தியம் தீர்வு கொடுக்கும். கபம் கட்டியிருந்தா... அறுத்து எடுத்துட்டு வந்துரும்.

# உடைஞ்ச எலும்பை ஒட்ட வைக்கும் பிரண்டை!

## 38

இதுவரை நோய்கள மையமா வச்சே, அதுக்கான மூலிகை மருந்துகள பத்தி சொல்லிக்கிட்டு இருந்தேன். இப்போ மூலிகைகள மையமா வச்சி, அது எந்தெந்த நோய்கள, எப்படில்லாம் குணப்படுத்தும்னு சொல்லப் போறேன்... கேட்டுக்கோங்க!

பிரண்டை பற்றி கேள்விப்பட்டிருப்பீங்க. அது எந்தெந்த நோய்களை குணப்படுத்துதுனு முன்னமே சொல்லி இருக்கேன். இருந்தாலும் தெரியாத சில விஷயங்களைச் சொல்றேன், கேட்டுக்கோங்க.

**பிரண்டைத் துவயல்**

பிரண்டை

பிரண்டையை நெய் விட்டு வதக்கி, துவையல் செஞ்சு, வாரம் ரெண்டு தடவை சாப்பிட்டு வந்தா... உடம்புல பலம் சேரும். "எனக்கு பசியே எடுக்குறதில்ல"னு சொல்றவங்க, பிரண்டைத் துவையலச் சாப்பிட்டா... சும்மா 'கபகப'னு பசியெடுக்கும். ஜீரணக்கோளாறு, வாயுக்கோளாறால அவதிப் படுறவங்களுக்கும் இது அருமருந்து. ரத்தமூலத்தை குணப் படுத்தறதோட, அதனால வர்ற புண்ணையும் சுகமாக்கற சக்திகூட பிரண்டைத் துவையலுக்கு உண்டு. சூடான சாதத்தோட பிசைஞ்சு சாப்பிட்டா தேவாமிர்தமா இருக்கும்.

வலி, சுளுக்கு உள்ள இடத்துல பிரண்டையை பூசலாம். நல்லா மையா அரைச்சி அதோட புளி, கல் உப்பு சேர்த்து தண்ணி விட்டு காய்ச்சணும். சூடு கொஞ்சம் ஆறினதும் பாதிப்பு உள்ள இடத்துல பூசிட்டு வந்தீங்கன்னா நல்ல பலன் கிடைக்கும்.

கை - கால் உடைஞ்சி, எலும்புமுறிவு ஏற்பட்டா... பிரண்டை, புளி, உப்பு சேர்த்து மையா அரைச்சி, கொஞ்சம் சூடு பண்ணி, அதை எலும்பு முறிஞ்ச இடத்துல வச்சு கட்டினா... வலியும், வீக்கமும் படிப்படியா குணமாகும். எலும்பு உடைஞ்சிருந்தாலும் சீக்கிரமா ஒண்ணு சேர்ந்திரும். முதுகுவலி, இடுப்புவலிக்குக்கூட இந்த வைத்தியம் கைகொடுக்கும்கறதையும் மனசுல வச்சுக்கோங்க!

தூதுவளை இலைகளைப் பறிச்சி சுத்தம் பண்ணி... மிளகு, சின்ன வெங்காயம், பூண்டு, புளி, கொஞ்சம் உளுத்தம்பருப்பு சேர்த்து வதக்கி, துவையல் செஞ்சு, ஒரு மண்டலம் சாப்பிட்டா... உடம்புல பலம் ஏறும். அதோட இருமல், சளி, ஆஸ்துமானு மூச்சு சம்பந்தப் பட்ட பிரச்னைகளுக்கெல்லாம் தீர்வும் கிடைக்கும்.

தாதுவிருத்தி பிரச்னை உள்ளவங்க இந்தத் தூதுவளைக்கீரையைச் சாப்பிட்டா... நிச்சயம் பலன் கிடைக்கும். தூதுவளைப்பூவுக்கும்

**தூதுவளை**

கூட அதே மகத்துவம் உண்டு. அந்தப் பூவை நிழல்ல உலர்த்தி, பொடியாக்கி பால்ல கலந்து சாப்பிட்டு வந்தாலும்... தாதுவிருத்தி அடையும்.

இந்தக் கீரையில கால்சியம் சத்து அதிகமா இருக்கறதால அடிக் கடி சாப்பிட்டா... எலும்பு பலப்படும். தூதுவளையை பருப்புகூட சேர்த்து சமைச்சி நெய் கலந்து ஒரு மண்டலம் சாப்பிட்டா... எலும்புல பலம் சேரும். தூதுவளைக் காயை சமைச்சோ, வத்தல் செஞ்சோ, ஊறுகாய் செஞ்சோ சாப்பிட்டா... கண்ணுல பித்த நீர் வடியுறது, கண் நோய் இதெல்லாம் சரியாகும். தொடர்ந்து சாப்பிட்டு வந்தா, பலவிதமான நோய்களும் நம்மகிட்ட எட்டிப் பாக்காது.

# புற்றுநோயை விரட்டும் பீட்ரூட் ஜூஸ்!

39



**இ**யற்கையா விளையுறத சாப்பிட்டு வந்தா... நோய் நொடியில்லாம வாழறதுக்கான வழி மட்டுமில்ல... வந்த நோய்களை விரட்டி அடிக்கறதுக்கான வழியும் கிடைக்கும்.

உதாரணத்துக்கு எத்தனையோ விஷயங்கள பட்டியல் போட முடியும். இந்தக் கோதுமை இருக்கே கோதுமை... அதுல உள்ள சக்தி, நிறைய நோய்களுக்கு தீர்வா இருக்குங்கறது தெரியுமோ?!

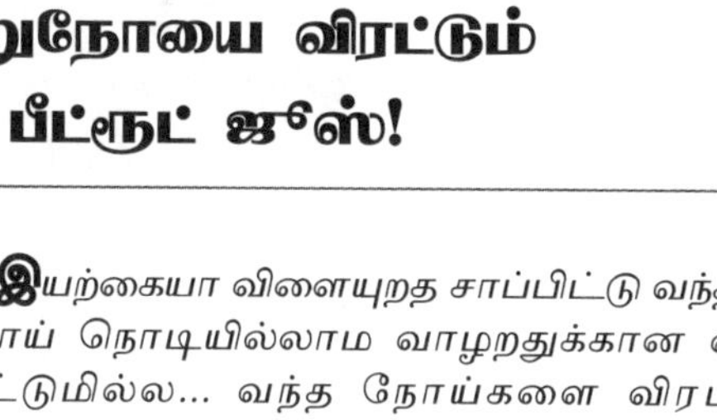

**கோதுமை**

கோதுமையை நல்லா கழுவி முளைகட்ட வைக்கணும். முதல் நாள் சாயங்காலம் முளைகட்டி, மறுநாள் காலையில எடுத்து அதோட கொஞ்சம் தண்ணிவிட்டு நல்லா அரைச்சி பால் எடுக்கணும். அதுல கொஞ்சம் தேங்காய்ப்பால், சுவைக்கு தேன் சேர்த்துச் சாப்பிட்டா... உடம்புக்கு நல்ல பலம் கிடைக்கும்.

இது, வாத நோயை குணமாக்கும். வெள்ளை அணுக்களோட எண்ணிக்கையை அதிகரிக்கும். தொடர்ந்து சாப்பிட்டு வந்தா, மூக்குல நீர் வடியறது உள்ளிட்ட சின்னச் சின்ன தொந்தரவுகளையும் அண்டவிடாது. இன்னும் சொல்லப்போனா, புற்றுநோயைக் எதிர்க்கக்கூடிய சக்திகூட இருக்கு இந்தக் கோதுமைப்பாலுக்கு.

இதைச் சாப்பிடும்போது சிலருக்கு வயிற்றுப்போக்கு வந்தாலும் வரும். அப்படி வந்தா... குடிக்கறத நிறுத்திடணும். வயிற்றுப்போக்கு நின்னதும், ஒருநாள்விட்டு கோதுமைப்பாலைத் தொடர்ந்து சாப்பிட்டா... உடம்பு ஏத்துக்கும்.

பீட்ரூட்டை சமைச்சோ, பச்சையாவோ சாப்பிடுறப்ப... மலச்சிக்கல், கல்லீரல் கோளாறு, பித்தக்கோளாறு எல்லாம் சரியாகும். மற்ற கீரைகளைப்போல, பீட்ரூட் கீரையையும் சாப்பிடலாம். அல்சர்னு சொல்லப்படுற வயிற்றுப்புண், மஞ்சள் காமாலை இதையெல்லாம் இந்தக் கீரை குணமாக்கும்.

**பீட்ரூட்**

*மாதக்கணக்குல மலச்சிக்கல், மூலக்கோளாறுனு அவதிப்படுறவங்க, பீட்ரூட் சாறோட தண்ணி சேர்த்து, ராத்திரி தூங்கப் போறதுக்கு முன்ன குடிச்சுட்டு வந்தா குணம் கிடைக்கும்.*

*தினமும் ஒரு டம்ளர் பீட்ரூட் ஜூஸ் சாப்பிட்டு வந்தா... புற்றுநோய் பரவுறதைத் தடுக்கும். ஆரம்பக்கால புற்றுநோயைக் குணமாக்குற சக்தியும் இதுக்கு இருக்கு.*

# மலட்டுத் தன்மையை விரட்டும் ‘மர வைத்தியம்’!

40

இன்னைக்கு தேதியில புள்ள பொறக்கவைக்கற ஆசுபத்திரிங்களுக்குத்தான் மவுசு ஜாஸ்தி ஆகிட்டே இருக்கு. ஆனா, அப்பவெல்லாம் இப்படி ஆசுபத்திரியைத் தேடி யாரும் ஓடினது இல்ல... அரசமரம், ஆலமரம்னு சுத்திவந்தே குணம் கண்டவங்கதான் ஜாஸ்தி! அதனால, இப்போ மலட்டுத்தன்மையைப் போக்கற மர இலைங்க, பழங்கள்னு ஒங்களுக்குச் சொல்லப் போறேன்!

ஆலமரம்

அரசமரம்

'ஆலங்குச்சியால பல் விளக்கினா... பல்லுக்கு பலம் கிடைக்கும்'னு சொல்லக் கேட்டிருப்பீங்க. மலட்டுத்தன்மையைப் போக்குற குணமும் அதுகிட்ட இருக்குதுங்கோ! ஆலமர இளம் இலை (தளிர்), விழுது, விதை, மொக்குனு இதுல ஏதாவது ஒண்ணை எடுத்து, மையா அரைச்சி, பால்ல கலந்து சர்க்கரை சேர்த்துக் குடிச்சுட்டு வந்தீங்கனா... மலட்டுத்தன்மை கொஞ்சம் கொஞ்சமா விலகும். ஆண், பெண் ரெண்டு பேருக்குமே இது பொருந்தும்.

'அரசனை நம்பி புருசனை கைவிட்டாளாம்'னு ஒரு பழமொழி கேள்விப்பட்டிருப்பீங்களே. இதுக்கு யார்கிட்டயாவது பொழிப்புரை கேட்டுப் பாருங்க... தப்புத் தப்பாத்தான் சொல்லுவாங்க. இங்க 'அரசன்'னு சொன்னது அரச மரத்தைத்தான். குழந்தை வேணுங்கிற பொண்ணுங்க, கோயிலைச் சுத்தி வர்றப்ப... அங்க இருக்குற அரச மரத்தையும் சுத்தி வருவாங்க. அந்த மரத்திலிருந்து வெளியாகுற காத்து, அவங்களோட கருப்பை வியாதிகளைக் குணப்படுத்தி, தாயாகுற அந்தஸ்தை தரும்.

அரச மரத்தோட பழங்கள நல்லா காயவச்சி, பவுடராக்கி 7 கிராம் அளவுக்கு தினமும் சாப்பிட்டு வந்தா... அது ஆணாயிருந்தாலும், பொண்ணாயிருந்தாலும் மலட்டுத்தன்மையைப் போக்கிடும்.

**இலந்த இலை**

இலந்தை இலை ஒரு கைப்பிடி, மிளகு 6 எண்ணிக்கை, பூண்டு 4 பல் எடுத்து மையா அரைச்சிக்கோங்க. மாதவிடாய் வந்த முதல் நாளும், ரெண்டாவது நாளும் வெறும் வயித்துல இதைச் சாப்பிட்டு வர்றதன் மூலமா... குழந்தைப்பேறு கிடைக்க வாய்ப்பிருக்கு.

இன்னொரு வைத்தியமும் சொல்றேன். வேப்பிலையை 100 கிராம் அளவு எடுத்து மையா அரைச்சி, மாதவிடாய் வந்த நாள்ல இருந்து 6 நாளைக்கு வெறும் வயித்துல சாப்பிடணும். அதுக்கு அப்புறமா... அரசு, மா - இது ரெண்டு இலைகளையும் தலா 50 கிராம் எடுத்து அரைச்சி, வெறும் வயித்துல ஒன்பது நாளைக்குச் சாப்பிட்டு வந்தா... கர்ப்பப்பையில இருக்குற அழுக்கு, புழு, பூச்சி எல்லாம் ஒழிஞ்சி போயிரும். சீக்கிரமா கர்ப்பம் தரிக்கும்.

இந்த மருந்தை சாப்பிடுறப்ப... கொத்தமல்லி இலை, ராகி சாப்பிட்டு வந்தா... நல்லது. ராத்திரி சாப்பாட்டை கொறைச்சிக்கணும்கறதும் முக்கியம்!

# தாய்ப்பால் சுரக்கச் செய்யும் கீரைகள்!

41

அகத்திக்கீரையோட மகத்துவம் பல பேருக்குத் தெரியாது. இதுல வைட்டமின் சத்துக்களும், சுண்ணாம்புச்சத்தும் இருக்குது. சாம்பார், கூட்டு, பொரியல் செஞ்சி இந்தக் கீரையைச் சாப்பிட்டு வந்தீங்கனா எலும்பு நல்லாவே வளரும். வயசான காலத்துல சிலருக்கு இடுப்பு எலும்பு பலமில்லாம வளைஞ்சி நடக்கவே கஷ்டப்படுவாங்க. இந்தமாதிரி பிரச்னைகளைத் தவிர்க்கணும்னா அடிக்கடி அகத்திக்கீரை சாப்பிடணும்.

தூதுவளைக் கீரை

அகத்திக்கீரை

அரைக்கிரை

அகத்திக்கீரை வாயுவை உண்டாக்குற கீரையா இருந்தாலும்கூட அதுகூட பெருங்காயம், வெள்ளைப்பூண்டு சேர்த்து சமைச்சா வாயு விலகிப் போயிரும். அகத்திக்கீரையில அவ்வளவு விஷயம் இருக்கு.

அரைக்கீரையைத் தினமும் சாதத்தோட சேர்த்து சாப்பிட்டு வந்தீங்கனா உடம்புல நல்ல பலம் ஏறும். கல்யாணமான ஆண்கள் அரைக்கீரையோட வெங்காயம் சேர்த்து, நெய்யில பொரிச்சி சாப்பிட்டு வந்தா புது ரத்தம் ஊறி தாது அணுக்கள் உற்பத்தியாகும். இல்லற வாழ்க்கைக்குத் தேவையான சக்தி கிடைக்கும். இத விட்டுப்போட்டு ரொம்ப பேரு இன்னைக்கி என்னென்னவோ மருந்தையெல்லாம் தேடிப் போயிட்டிருக்காங்க.

குழந்தை பெத்த பொண்ணுங்களுக்கு ஒடம்புல போதுமான சக்தி இருக்காது. அவங்கள்லாம் அரைக்கீரையைக் கடைஞ்சி

முருங்கைக்கீரை

சாப்பிட்டு வந்தா நல்ல பலம் கிடைக்குறதோட, குழந்தைக்கு தேவையான பாலும் சுரக்கும்.

முருங்கைக்கீரை உங்க வீட்டுலயோ, வீட்டுக்குப் பக்கத்து வீடுகள்லயோ கட்டாயம் இருக்கும். ஆனா நாம அதைச் சீண்டுறதில்ல. அதில இருக்குற மகத்துவம் நமக்குத் தெரியாததுதான் காரணம். நிறைய தாய்மார்கள் குழந்தைக்கு பால் கிடைக்குறது இல்லனு மனசு சங்கடப் பட்டு ஏதேதோ வைத்தியம் செய்வாங்க. அவங்கல்லாம் ஏனோ முருங்கைக்கீரையை மறந்திடுறாங்க. முருங்கைக் கீரையை பருப்புகூட சேத்தோ தனியாவோ சமைச்சு சாப்பிட்டு வந்தாலே தேவையான தாய்ப்பால் சுரக்கும்.

கொத்துமல்லிக் கீரை

குழந்தைங்களுக்கு சில நேரம் வயிற்று உப்புசம் வந்து வீல் வீல்னு கத்தும். இந்த மாதிரி பிரச்னைக்கு, முருங்கைக்கீரையை சுத்தம் பண்ணி உள்ளங்கையில வச்சி நல்லா கசக்கி சாறு எடுத்து, வடிகட்டி, அரை ஸ்பூன் அளவு சாறுல அரை பட்டாணி அளவு கல் உப்பை கரைக்கணும். அப்புறமா அத்தோட அரை ஸ்பூன் அளவுக்கு வெந்நீர் கலந்து உள்ளுக்கு கொடுத்தா உப்புசம் குணமாகி வீல் வீல் சத்தம் அடங்கிப்போயிரும்.

முருங்கைக்கீரையை சுத்தம் பார்த்து நல்லா வேக வச்சி அதோட கோழி முட்டையை உடைச்சிப்போட்டு நல்லா கிளறணும். பிறகு சூடு ஆறுறதுக்குள்ள அதை சாப்பாட்டோட சேர்த்து சாப்பிட்டு வந்தீங்கனா ஓடம்புல பலம் ஏறும். இப்படி 40 நாள் விடாம செஞ்சிட்டு வந்தீங்கனா முழு பலனையும் அடையலாம்.

கொத்தமல்லிக் கீரையை சாம்பார், ரசத்துல ஏதோ வாசனைக்காக சேர்ப்போம். ஆனா இதை தனியா செஞ்சி சாப்பிடுறதில்ல. துவையலாவோ, சாதத்தோட கலந்தோ சாப்பிட்டு வந்தீங்கனா புது ரத்தம் உற்பத்தியாகுறதோட எல்லா சக்தியும் கிடைக்கும். வயித்துப்புண்ணால கஷ்டப்படுறவங்க கொத்தமல்லிக்கீரையைச் சாப்பிட்டு வந்தா நல்ல குணம் கிடைக்கும். மூக்கடைப்பு, மூக்குல சதை வளர்ந்து அவதிப்படுறவங்க கொத்தமல்லி துவையலை கொட்டைப்பாக்கு அளவு தினமும் சாப்பாட்டுல சேர்த்து வந்தா நல்ல நிவாரணம் கிடைக்கும்.

தூதுவளைக் கீரையை நெய்யில வதக்கி துவையலாவோ, மசியலாவோ சாப்பிட்டு வந்தீங்கனா கபக்கட்டு விலகி உடம்புல வலு ஏறும். அறிவு வளரும். தூதுவளைக் கீரையைக் கஷாயமா செஞ்சி கஸ்தூரி, கோரோஜனை மாத்திரை சேர்த்து சின்னக் குழந்தைகளுக்குக் கொடுத்திட்டு வந்தா சளியினால வர்ற காய்ச்சல் குணமாகும். டைபாய்டு, நிமோனியா மாதிரி காய்ச்சல் நேரத்துல கபம் உண்டாகி நெஞ்சுல சளி அடைச்சிக்கிடும். அதுபோல சமயத்துல தூதுவளைக் கீரையைக் கொடுத்திட்டு வந்தா நல்ல பலன் கிடைக்கும்.

சரியா பயன்படுத்துனா... இந்த நாட்டு வைத்தியமே ஆரோக்கியமான வாழ்க்கைய தந்து, அவஸ்தைய கட்டாயம் கொறைக்கும்!

●